பிரபஞ்சன் நேர்காணல்கள்
படைப்பு என்பதே அரசியல் செயல்பாடுதான்

பிரபஞ்சன் நேர்காணல்கள்

படைப்பு என்பதே அரசியல் செயல்பாடுதான்

ந.முருகேசபாண்டியன்

டிஸ்கவரி பப்ளிகேஷன்ஸ்
எண்: 9, பிளாட் எண்: 1080A, ரோஹிணி பிளாட்ஸ்,
முனுசாமி சாலை, கே.கே.நகர் மேற்கு,
சென்னை - 600 078. பேச: 99404 46650

பிரபஞ்சன் நேர்காணல்கள்
ஆசிரியர்: ந.முருகேசபாண்டியன்©

Prapanchan Nerkanal
Author: **N.Murugesapandian**©
1st Edition: Jan - 2019, 2nd Edition: Dec - 2024
ISBN: 978-93-86555-94-6

Pages: 72

புகைப்படங்கள்: புதுவை இளவேனில், N.பழனிக்குமார்

Rs. 100

Publisher • Sales Rights

Discovery Publications
No. 9, Plot,1080A, Rohini Flats,
Munusamy Salai,
K.K.Nagar West, Chennai - 78.
Tamilnadu, India.
Mobile: +91 99404 46650

Discovery Book Palace (P) Ltd
No. 1055-B, Munusamy Salai,
K.K.Nagar West,
Chennai-600 078.
Mobile: +91 87545 07070

discoverybookpalace@gmail.com / www.discoverybookpalace.com

இந்த நூலில் பிரசுரமாகியுள்ள எந்த ஒரு பகுதியையும் எழுத்துபூர்வமான முன்அனுமதி பெறாமல் எடுத்தாள்வதோ, மறுபிரசுரம் செய்வதோ, மொழியாக்கம் செய்வதோ, ஊடகங்களில் மறுபதிப்புச் செய்வதோ, காப்புரிமைச் சட்டப்படி தடை செய்யப்பட்டுள்ளது. இந்த நூலிலிருந்து சில பகுதிகளை மேற்கோள்காட்டி நூல்அறிமுகம் செய்யலாம்.

உங்கள் மொபைல் போனிலிருந்து ஸ்கேன் செய்து
'டிஸ்கவரி புக் பேலஸ்' மொபைல் ஆப்பை டவுன்லோடு
செய்து, புத்தகங்களை வாங்குங்கள்.

Scan and download

என்னுரை

2003 ஆம் ஆண்டு, உயிர்மை பத்திரிகை கொண்டுவர முயன்ற நண்பர் மனுஷ்யபுத்திரன், “உங்களுக்குத்தான் ஏகப்பட்ட நண்பர்கள் இருக்கிறார்களே, அவர்களைப் பற்றி ‘பத்தி’ எழுதுங்கள்” என்றவுடன், பிரபஞ்சன்தான் எனது நினைவுக்கு உடனடியாக வந்தார். அந்தக் கட்டுரை பிரசுரமானபோது ஜெயமோகன், “பிரபஞ்சன் குறித்து அருமையாக எழுதியிருக்கிறீர்கள். தமிழில் எழுத்தாளர் உயிரோடு இருக்கும்போது இதுமாதிரி யாரும் எழுதியதில்லை. நல்ல பதிவு” என்று என்னிடம் சொன்னார். பலருக்கும் பிடித்த அந்தக் கட்டுரை, பிரபஞ்சனுக்கு கூச்சத்தைத் தந்தது. ‘பிரபஞ்சன் என்னவொரு இலக்கிய ஆளுமை’ என்று எனக்கு எப்பவும் தோன்றும். இலக்கியப் படைப்புகளுக்கு அப்பால் நண்பர்களைக் கொண்டாடுவதில் அவருக்கு நிகராகச் சொல்ல யாருமில்லை. அதேவேளையில், மனத்தடை இல்லாமல் நண்பர்களிடமிருந்து விலகிப்போவதும், தனித்திருப்பதும் அவரின் இயல்பிலே இருந்தன. ‘பிரபஞ்சன் எனது கைக்குள்’ என்று, அவரைச் சந்திக்கிறவர்கள் நம்புமாறு அவர் பேசிக்கொண்டிருப்பார். அதுவே அவருடைய பலமும் பலவீனமும். ‘பெரியோரை வியத்தல் இலமே, சிறியோரை இகழ்தல் அதனினும் இலமே’ என்ற, புறநானூற்றுப் பாடல் வரியை நடைமுறைப்படுத்தியவர் என்று அவரை உறுதியாகச் சொல்லமுடியும். விருதுகள் வாங்கியபோதும், புகழ் அடைந்தபோதும் பிரபஞ்சனின் மனநிலை எப்போதும்போல இயல்பாக இருந்தது.

சுமார் 34 ஆண்டுகள் பிரபஞ்சனுடன் எனது நட்பு தொடர்ந்தது அருமையான விஷயம். தொடக்கத்தில், நண்பர் பிரபஞ்சன்மீதான ஈடுபாடு, அவருடைய படைப்புகள்மூலம் உருவானது. பின்னர் அவருடன் அவ்வப்போது தொடர்ந்திட்ட உரையாடல்கள்தான் நெருக்கத்தையும் ப்ரியத்தையும் உருவாக்கின. சிலவேளைகளில், சிறிய முரண்பாடுகள் ஏற்பட்டாலும் காலப்போக்கில் அவற்றை மறந்திடும் இயல்பின் காரணமாக எங்களுடைய நட்பு தொடர்ந்தது. 'ஒருவர் பொறை இருவர் நட்பு' என்ற நாலடியார் குறிப்பிடுகிற வாசகம், இன்றைக்கும் பொருத்தமானது.

பிரபலமான எழுத்தாளர் என்ற நினைப்புடன் பிரபஞ்சனை அணுகியவர்கள் பலரும் ஏதோவொரு காரணத்திற்காகப் பிரிந்து சென்றிருக்கின்றனர். சிலரை தக்கவைத்துக்கொண்டால், தனது பொருளாதார வாழ்க்கைக்குப் பயன்படும் என்ற திட்டமிடல் எதுவும் பிரபஞ்சனிடம் இல்லை. ஒருவகையில், சித்தன் போக்கு சிவன் போக்கு என்பதாக அவருடைய செயல்பாடுகள் இருக்கும். எவ்வளவு பணம் கிடைத்தாலும், எதிர்காலத்திற்காகச் சேர்த்துவைக்காமல் மனம் விரும்பிய வழியில் செலவழிப்பது அவருடைய இயல்பு. முழுநேர எழுத்தாளராக மாறியதன் காரணமாக பிரபஞ்சன் வறுமையில் வாடினார் என்பது, அவரைப்பற்றி முழுமையாக அறியாதவர்களின் கூற்று. அது ஏற்புடையதல்ல. வேடியப்பன், பவா செல்லதுரை, எஸ்.ரா, நான் உள்ளிட்ட நண்பர்கள் சேர்ந்து, கடந்த ஆண்டு சுமார் ரூ.12 லட்சம் நிதி திரட்டி அவருக்கு அளித்தபோது, அவருடைய மனம், அந்த நிகழ்ச்சியை இயல்பாகக் கருதியது. அந்தப் பணத்தை அவருடைய விருப்பம்போலச் செலவழிக்கட்டும் என்று விழாக் குழுவினர் கருதியதுதான் பின்னர் நடந்தது. காற்றுக்கு வேலி போடமுடியுமா என்ன? அதுதான் பிரபஞ்சன்.

பிரபஞ்சனின் துணைவியார் திடீரென இறந்தபோது, வருத்தத்துடன் புதுச்சேரிக்குப் போயிருந்தேன். துயரத்தில் தோய்ந்திருந்தவரை கட்டிப்பிடித்துத் தேறுதல் சொன்னேன். அன்றிரவு நான் தங்கியிருந்த விடுதிக்கு வந்தவர், சோகமான குரலில் பின்னிரவுவரை உருக்கத்துடன் பேசிக்கொண்டிருந்தார். அவருடைய துணைவிக்குப் பொருளியல்ரீதியில் எதுவும் சேர்த்துவைக்காமல் திடீரெனத் தான் இறந்துபோகலாம் என்று நினைத்துக் கொண்டிருந்தபோது, துணைவியாரின் மரணம், அவருக்குத் தீராத வருத்தத்தை ஏற்படுத்திவிட்டது. அதனால் ஏற்பட்ட குற்ற மனத்தினால் வருந்தினார். பிரபஞ்சன் தனது இலக்கியச் செயற்பாடுகள் காரணமாக துணைவி, குழந்தைகளுக்கு உரிய கடமையையும், நியாயமும் செய்யவில்லை என்று நெருக்கமான நண்பர்களிடம் சொல்லிக்கொண்டிருந்தார்; நேர்காணல்களிலும் சொல்லியிருக்கிறார்.

இரு மாதங்களுக்குமுன்னர் புதுச்சேரி மருத்துவமனையில் பிரபஞ்சன் அனுமதிக்கப்பட்டுள்ளார் என்பதைக் கேள்விப்பட்டவுடன் நண்பர் ஸ்ரீஷங்கருடன் அவரை பார்க்கப் போயிருந்தேன். மெல்லிய குரலில் பேசியவரின் உடல் மிகவும் தளர்ந்திருந்தது. இருபத்தாறு நாட்கள்

படுக்கையிலேயே இருக்கிறார், அறையைவிட்டு வெளியே போகவில்லை என்பதை மணிமேகலை என்ற செவிலிமூலம் அறிந்தவுடன், 'வெளியே போய் வரலாமா' என்று கேட்டவுடன் புன்சிரிப்புடன் சம்மதித்தார். 'அழகான ஜிப்பாவும் புதுச்செருப்பும் இருந்தால் நல்லாயிருக்கும்' என்றவர், 'அப்படியே வீட்டுக்குப் போகலாம், ஒரு சிகரெட் வேணும்' என்றார். மருத்துவ உதவியாளர் சக்கர நாற்காலியைக் கொண்டுவர, அவரை மெல்ல அதில் உட்காரவைத்து, தள்ளிக்கொண்டு சென்றோம். மருத்துவமனை மாடியின் நீண்ட நீள்வட்டமான வராந்தாவை இருதடவைகள் சுற்றினோம். இடையிடையில் நிறுத்தி, இயல்பாக உரையாடினோம். தனது கால்மீது காலைப் போட முயன்றவருக்கு உதவினேன். வெளிக்காற்றையும் வெளிச்சத்தையும் ஸ்பரிசித்த பிரபஞ்சன், தெளிவான குரலில் கலகலப்பாக பேசினார். அவருடன் போலியான உற்சாகத்துடன் பேசினாலும், எனது ஆழ்மனம், துயரத்தில் தத்தளித்தது. நான்கு மணிநேரத்திற்குப் பின்னர் மருத்துவமனையைவிட்டு வெளியே வரும்போது, இதுதான் மனித வாழ்க்கையின் இன்னொரு முகம் என்று தோன்றியது. பூமிக்குள் உள்ளே நுழைவது எப்படி பிரக்ஞையில் இல்லையோ அப்படித்தான் வெளியேறுவதும். 'போய் வாருங்கள் பிரபஞ்சன்' என்று சொல்லிட ஒருபோதும் என்னால் இயலாது. பிரபஞ்சன்பற்றி சொல்ல அவருடைய படைப்புகள்போதும் என்று நம்புவதைத்தவிர வேறுவழியில்லை. படைப்புகள்மூலம் மீண்டெழுந்திடுவார் பிரபஞ்சன் என்று மனம் கற்பிதம் செய்கிறது.

பிரபஞ்சன் அகாலமான பிறகு, அவரை வழியனுப்பிட புதுச்சேரி, பாரதி வீதியில்கூடிய பல்வேறுபட்ட இலக்கியவாதிகள், அரசியல்வாதிகள், சமூகச் செயற்பாட்டாளர்கள், இளைஞர்கள், பெண்கள், திருநங்கையர்கள் போன்றவர்களைப் பார்த்தவுடன், அவருடைய வாழ்க்கை அர்த்தமுள்ளது என்று தோன்றியது. அதிலும் புதுவை அரசாங்கம் பிரபஞ்சனின் பூதவுடலை அரசு மரியாதையுடன் தகனம் செய்தது, எதிர்காலத்தில் தமிழ் எழுத்தாளர்களுக்குச் சமூக அடையாளத்தை ஏற்படுத்தித் தந்துள்ளது. புலவருக்கு உரிய ஞானச்செருக்குடன் விளங்கிய பிரபஞ்சனுடன் எனது நேர்காணல், 'புத்தகம் பேசுது' (ஜனவரி, 2008) இதழில் பிரசுரமானது. உயிர் எழுத்து (மே, 2010) பத்திரிகையில் பிரசுரமான பிரபஞ்சன் நேர்காணல், முழுக்க எனது கேள்விகளால் நிரம்பியது. அன்றைய காலகட்டத்தில் நெருக்கமாக இருந்த உயிர் எழுத்து ஆசிரியர் சுதீர் செந்திலின் தோழமை கருதி, அவருடைய பெயரையும் என்னுடன் சேர்த்துக்கொண்டேன். அந்த இரு நேர்காணல்களையும் பிரபஞ்சன் மறைவிற்குப் பின்னர் வாசித்தபோது, அவருடைய பன்முக ஆளுமை, தனித்துவம் உருவான பின்புலம் துல்லியமாக வெளிப்பட்டிருப்பது புலனாகியது. இரு நேர்காணல்களும் ஒருவகையில், பிரபஞ்சன் பற்றிய முழுமையான சித்திரம். பிரபஞ்சன் அவர்களின் மனவோட்டத்தை வெளிப்படுத்துகிற நேர்காணல்களை இளம்தலைமுறையினர் அவசியம் வாசிக்க வேண்டுகிறேன். உயிர்மை (செப்டம்பர், 2003) இதழில் வெளியான பிரபஞ்சன் பற்றிய எனது கட்டுரை,

அவருடைய மறுபக்கத்தைச் சித்திரித்துள்ளது. பிரபஞ்சன் எனக்கு அளித்த இரு நேர்காணல்களும் அவரைப் பற்றிய எனது சொற்சித்திரமும் காலத்தின் தேவை காரணமாகப் புத்தக வடிவமாகியுள்ளன. இந்தப் புத்தகம், பிரபஞ்சன் என்ற ஆளுமை குறித்து குறுக்கும்நெடுக்குமாகக் கோடுகளால் தீட்டப்பட்ட ஓவியம்போல விரிந்துள்ளது.

பிரபஞ்சன் அவர்களுடன், கடந்த சில ஆண்டுகளாக நெருக்கமாக விளங்கிய நண்பர் மு.வேடியப்பன், இந்த 'பிரபஞ்சன் நேர்காணல்கள்' என்ற புத்தகத்தை டிஸ்கவரி புக் பேலஸ் பதிப்பகம்மூலம் பிரசுரிப்பதில் பெரிதும் ஆர்வம்கொண்டிருக்கிறார். அவருக்கு இனிய நன்றி.

ந.முருகேசபாண்டியன்
மதுரை
9443861238

உள்ளடக்கம்

படைப்பு என்பதே அரசியல் செயல்பாடுதான்	11
பிரபஞ்சன் எனும் படைப்பாளி	39
என் இலக்கிய நண்பர்கள் - பிரபஞ்சன்	62

படைப்பு என்பதே அரசியல் செயல்பாடுதான்

பிரபஞ்சன் பிறப்பு 1945. பாண்டிச்சேரியை பிறப்பிடமாகக் கொண்டவர். சுமார் 40 ஆண்டுகளாக எழுதிக்கொண்டிருக்கும் தமிழின் மூத்தபடைப்பாளி. இவரது 'மானுடம் வெல்லும்' தமிழின் முன்மாதிரி வரலாற்று நாவலாக மதிக்கப்படுகிறது. தமிழில் சுமார் 300 சிறுகதைகள், 8 குறுநாவல்கள், 6 நாவல்கள், 200க்கும் மேற்பட்ட கட்டுரைகள் எழுதியிருக்கிறார். தமிழ்நாடு அரசு, பாண்டிச்சேரி அரசு இலக்கியச் சிந்தனை பரிசுகளைப் பெற்றவர். மேற்குவங்க பாஷாபரிட்சத் பரிசு, சாகித்ய அகாதமி பரிசும் இவர் பெற்றவை. இவரது படைப்புகள் இந்தி, மலையாளம், தெலுங்கு, கன்னடம் மற்றும் ஆங்கிலம், பிரெஞ்சு மொழிகளில் ஆக்கம் செய்யப்பட்டுள்ளன. புகழையும் விமர்சனங்களையும் மிக இயல்பாக எதிர்கொள்ளும் எழுத்தாளர். அமைதியும் இனிமையும் தோழமையுடனும் இவரோடு பேசியதிலிருந்து உருவான பேட்டி தயாராகியிருக்கிறது. திருச்சி, சென்னை என்று வேறுவேறு இடங்களில் பேச்சு தொடர்ந்தது. எழுத்து, சமூகம், சாதிப் பிரச்னைகள் என்று பல விஷயங்களை இப்பேட்டியில் அவர் பகிர்ந்துகொண்டிருக்கிறார்.

இலக்கியத்துடனான தொடர்பு ஏற்பட்டதுகுறித்து எப்போதாவது வருத்தப்பட்டிருக்கிறீர்களா? அது ஏன், இப்படி ஆட்டிப் படைக்கிறது என்று?

இலக்கியம், நுண்ணியதளத்திலும் புறவயத்திலும் பல கேள்விகளை வாசகர்முன் வீசியெறிகிறது. மனித இருப்புபற்றிய பல ஆழ்ந்த விசாரங்களை நமக்குள் பரப்பிவிடுகிறது. நமக்குள் நாம் கட்டிவைத்திருக்கும் பல பிம்பங்களை, கருதுகோள்களை அது அசைத்துப் பார்க்கிறது. யதார்த்தத்தைப் பேசினாலும் வரலாற்றைப் பேசினாலும் இலக்கியம் சமகால மனிதனை, சமகாலப் பிரச்சினையையே அலசுவதாக அது இருக்கிறது. மூளையில் ஞாபகப் பதிவுகளில் பலப்பல புதிய படிமங்களைக் கொண்டுவந்து நிரப்புகிறது. இலக்கியம் அறம்சார்ந்த புனைவுகள் ஆனபடியால், நம் மதிப்பீடுகளை ஒன்று, காலாவதியாக்குகிறது அல்லது இறுகச் செய்கிறது. பல தத்தளிப்புகளை வாசகரிடத்தில் ஏற்படுத்திவிட்டு அது நழுவி விடுகிறது. மனதில் எப்போதும் ததும்பிக்கொண்டே இருக்கிற ஒருவகை கொந்தளிப்பை ஏற்படுத்திவிடுகிறது. முன்னர் நாம் கண்டுணர்ந்த ஒன்றின் புதிய பரிமாணத்தை, வேறுவகையில் புதிதாகக் காட்டுகிறது. இவக்கியம், நிறைய சந்தேகிக்கவைக்கிறது.

கட்டமைத்த பிம்பங்களின்மீதும் பிரதிமைகளின்மீதும் அவநம்பிக்கைகளைத் தூவுகிறது. நரம்புத்தளர்ச்சியை ஏற்படுத்துகிறது. எழுதுகிறவரை மட்டுமல்ல; கூரிய வாசகரையும் சற்றேறக்குறைய மனப்பிறழ்வு நிலைக்கு அருகில் கொண்டுவைக்கிறது. 'மெட்டமார்பசிஸ்' படித்தபிறகு நம் முதலாளிகள், நம் உறவுகள், நம் வேலை, அந்தப் பிடுங்கி உத்தியோகம், அதிகாரவர்க்கம், எல்லாமுமே கரப்பான்பூச்சிகள் ஆவதைத் தவிர்க்கமுடியாது. எல்லாமே அற்பத்தனமும், போலிமையும் கொண்டதாகவே காட்சி தரத் தொடங்குகிறது. சமூகத்தில் நம் இருப்பு, நம் ஸ்திதி மட்டும் அல்ல, நம் சின்னச்சின்ன துரோகங்கள், காட்டிக்கொடுத்தல்கள், நாம் நிறுவமுயலும் அதிகார மையங்கள், நம் வெளித்தெரியவராத ஊழல்கள் எல்லாமும்தான் கரப்பான்பூச்சிகளாகின்றன. கரப்பான்பூச்சிகளுக்கு மத்தியில் நாம் ஒரு கரப்பானாகிறோம். இருபதாம் நூற்றாண்டின் மனித இருப்பு இதுதான். நாமே கரப்பான் ஆதல், கரப்பானாகி நம்மைநாமே வேடிக்கை பார்த்தல். நம்மை கரப்பானாக்கவே சட்டமன்றம், காவல்துறை, நீதிமன்றம், பல்கலைக்கழகங்கள், ஊடகங்கள் எல்லாமே உழைத்துக் கொண்டிருப்பதாக எனக்குத் தோன்றுகிறது. நான் இதை நம்புகிறேன். நம்புவதாலேயே என் சமன் குலைகிறது. எந்த நிறுவனத்திலும் என்னால் நீடிக்க முடியவில்லை, எவரோடும் நீடித்த சினேகம்கொள்ள முடியவில்லை. எப்போதும் எனக்குள் பதற்றம் நிலவிக்கொண்டேயிருக்கிறது. இரத்த அழுத்தம் ஏற்படுகிறது, எரித்துச் சாம்பலாக்கும் கடுங்கோபம் ஏற்படுகிறது. இலக்கியம், அமைதிக்கானது அல்ல; அமைதியைக் குலைப்பதற்காகவே என்று தெரிகிறது.

இலக்கியத்தை எப்படி உள்வாங்கிக் கொள்கிறீர்கள்? உங்களுக்குள் சிறந்த படைப்புகள் ஏற்படுத்தும் நுட்பமான பாதிப்புகள்பற்றி சொல்லுங்கள்?

மகாபாரதம் ஒரு நல்ல உதாரணமாக இருக்கும். தருமனிலிருந்து துரியோதனன், கர்ணன், அர்ச்சுனன் என்று எந்தப் பாத்திரத்தையும் எடுத்துக்கொள்ளுங்கள். கர்ணனைப் பார்க்கலாம். மிகச்சிறந்த வில்லாளி இன்னும் ஒருமுறை நாகாஸ்திரத்தை அர்ச்சுனன்மேல் ஏவத்தான், வெற்றி தேவதை அவன் காதுகளுக்குள் சொல்லியிருக்க வேண்டும். ஆனாலும் அவன் தம்பி என்பதற்காக அல்ல; குந்திக்கு அவன் கொடுத்த வாக்குறுதி காரணமாகவே அவன், தானே தன் மரணத்தை கைதட்டிக் கூப்பிடுகிறான். தான் ஏமாற்றப்படுகிறோம் என்று தெரிந்தே கவச குண்டலங்களை தானம் செய்கிறான். தந்தை, தாய் தெரியாமல், ஒரு தாசி மகன் என்றே நகையாடப்பட்டு, காயங்களால் நிரம்பிவழிந்த இருதயத்தை உடையவன் என்பதையும் நாம் மறக்கக்கூடாது. ஆயுதத்தின்முன், தன் இருதயத்தை காட்டிக் கொண்டு நிற்கிறான். நாம் வியந்துதான் போகிறோம். ஆனால் திரௌபதியின் ஆடையை உரிந்து, அவளை அம்மணமாக்குங்கள் என்று துரியோதனனுக்குச் சொல்லிக்கொடுத்த காலித்தனமும் அவனிடம் இருக்கிறது என்றால் கர்ணன் யார்? வீரன்Xகாலி; கொடையாளிXபொறுக்கி, சரிதானே? தர்மன் ஒரு பொறுப்பற்ற சூதாடி. தருமத்தைக் காக்க முயன்று பரிதாபகரமாகப் பொய்யோடு சமரசம் செய்துகொள்பவன். கணவனுக்காகப் புறவுலகையே இருட்டாக்கி, தன்னைப் பொறுத்தவரை, உலகத்தை அஸ்தமிக்கச் செய்துகொண்டவள் காந்தாரி. அடிப்படையில், மனசுக்குள் ஒரு குரூரமான வீம்புக்காரி. திருதராஷ்டிரன், ஒரு கொலைவெறியன். அர்ச்சுனன், கிருஷ்ணனால் மிகமுயன்று வீரனாக்கப்பட்டவன். சாதி, குலத்தை கேடயமாக்கிக்கொண்டு, இன்றைய அரசியல்ரீதியில் சொன்னால், அமைச்சர்கள், அரசாங்கக்கூட்டில் பெரும் பணம் சுருட்டும் நவீன முதலாளி வர்த்தகச்சூதாடியைப் போல செயல்பட்டவன்.

விஷயம் என்னவெனில், வியாசனுக்கு மனிதன் அல்லது மனிதம் புரிபட்டுவிட்டது. முழுக்கமுழுக்க உத்தமத்தனம் எனும் உறையில் திணிக்கப்பட்ட தலையணை அல்லன் மனிதன். தீமையையே வரம் வாங்கி வந்தவனும் அல்லன் என்றபோதும் கதைசொல்லல் காரணமாகவே வியாசன் மகத்தான படைப்பாளி ஆகிறான். இராமாயணத்தைக் காட்டிலும் என்னைப் பாரதமே கவர்ந்ததன் காரணம், அது தரும் தரிசனம்தான். எனக்கு மனிதர்கள் புனிதர்களாக ஒருபோதும் இருந்ததில்லை. அதேவேளை, பலவீனக் கட்டுகளால், விட்டு வெளியேறமுடியாத துயரச்சுழல்களில் சிக்கிய மனிதர்கள், குற்றவாளிகள், கொலைகாரர்கள், சமூக விரோதிகள் என்று ஊடகம் சொல்கிற மனிதர்கள்மேல் மிகுந்த கரிசனம் ஏற்படுகிறது. இது குற்றவாளிகளின் குற்றச்செயல்களை ஆதரிப்பது ஆகாது. இன்னும்

தெளிவாகச் சொன்னால், மகாத்மா காந்தியின் பல் பரிசோதனைகளில் எனக்கு மரியாதை உண்டு. என்றாலும் கோட்சேவைத்தான் நான் ஆராய விரும்புவேன். மகாவீரர், புத்தர் போன்ற மகான்கள், மனிதர்களுக்கு மண்ணுக்குமேலே இருப்பவர்கள். கோட்சேதான், கடைத்தெருவில் பீடி பிடித்துக்கொண்டு தெருவை வேடிக்கை பார்த்துக்கொண்டிருக்கிறான். இவன் என் சாதி. கொலையை, யார் யாரைக் கொல்வதும் என்னால் ஏற்க முடியாது. ஆனால் அந்த ஆவேசக் கொலைமனம், என்னைத் துயரப்படுத்துகிறது. நீதிமன்றங்களுக்குப் பின்னால் இருக்கும் கைவிடப்பட்ட, இருள்படர்ந்த, மரத்தோப்புகளில்தான் எனக்குச் சுவாரஸ்யம். நீதிமன்றத்துக்குள் அல்ல. என் இடம் காவல் நிலையம். நீதிமன்றம் அல்ல. அது அதிகாரம் குவிக்கப்பட்ட கொலைக்களம். மலையாள எழுத்தாளர் சக்காரியாவின் ஒரு கதை, கோட்சேவை ஆராய்கிறது. மனிதர்கள், நன்மைக்குள் இல்லை. தீமைக்குள்ளும் இல்லை. வேறு எங்கோ சிதறிக் கிடக்கிறார்கள். இராவணனின் பத்துத் தலையின் அர்த்தம் இதுதான். இப்படியாகத்தான் இலக்கியம் எனக்குள் நுழைகிறது. மேலும் இலக்கியம் சொல்வது மிகவும் கொஞ்சம்தான். நான் இட்டுக்கட்டிக்கொள்வது அதிகம். இதுவரை நான் ஆயிரம் புத்தகம் படித்திருப்பேன். எனக்குள் அவை பத்து லட்சம் புத்தகங்களாக விரிகின்றன.

மனிதனைக் குணரீதியில் மேம்படுத்துவதில் இலக்கியப் படைப்புகளுக்கு எதுவும் இடமுண்டா?

பெரும்பாலும் இல்லை. மனிதனைக் குணரீதியில் மேம்படுத்துவது இலக்கியத்தின் வேலையாக என்றுமே இருந்ததில்லை. இலக்கியத்தின் நோக்கமும் அதுவல்ல. குள்ளஞ்சாவடிச் சந்தைக்கு மாடு பிடிக்கத்தான் போகிறோம். பக்கத்தில்தானே குறிஞ்சிப்பாடி. தம்பிக்குப் பெண்ணும் பார்த்துவிட்டுப் போலாமே என்றாற்போல. மாடு பிடிப்பதுதான் நோக்கம். பெண் பார்ப்பது அடுத்ததுதான். இலக்கியம், சமயங்களில் சில உன்னதமான தருணங்களைப் படம்பிடித்து விடுவதுண்டுதான். 'வென்றிலன் என்றபோதும்' என்று இராவணன் பேசும் இடம், கும்பகர்ணனின் மரணம். கரமசோவ் சகோதரர் திமித்ரி காணும் கனவாகட்டும், எல்லாம் குணரீதியில் மேம்படுத்தும் நோக்கம்கொண்டவை அல்ல. எனக்குத் தெரிந்த, இலக்கியம் கற்ற பலர், படைத்த சிலர் மிகச்சிறந்த கயவர்கள்.

மேன்மையான படைப்பை ரசிக்கத் தெரிந்த வாசகனால், சமூக விரோதச் செயலில் ஈடுபடுவது சாத்தியமா?

சாத்தியம்தான். மேன்மையான இலக்கியம், விடுதலை என்றெல்லாம் பேசிக்கொண்டு லஞ்சம் வாங்கியவர்களை/ வாங்குபவர்களை நான் அறிவேன். ஒருக்கால் லஞ்சத் தொகையை கொஞ்சம்

குறைத்துக்கொள்வார்களாக இருக்கும். சுதந்திரம், சமத்துவம், சகோதரத்துவம் என்கிற வாசகங்களோடு சம்பந்தப்பட்ட இருபெரும் சிந்தனையாளர்கள், எழுத்தாளர்கள் வால்டரும் ரூசோவும். ரூசோவை அவனுக்குக் கிடைத்திருக்கவேண்டிய பல சௌகர்யங்களை அழித்து, திட்டமிட்டு அழித்து, தெருவில் அலையவிட்டவன் வால்டர். 1789ஆம் ஆண்டைய பிரெஞ்சுப் புரட்சியின் தத்துவ தரிசனங்களான அந்த மூன்றையும், தன் தேச எல்லைக்குள் அடக்கிக்கொண்ட பிரான்ஸ் தேசம், தன் காலனி நாடுகளில் செய்த வன்கொடுமை நம் நெஞ்சை உறையவைப்பவை. பிரிட்டனின் நாடுபிடிக்கும் வெறியை, உலக நாடுகளை அடிமைப்படுத்திய நீசத்தனத்தை, வேர்ட்ஸ்வொர்த் தலைமுறைக்கவிகள் வியந்து சிலாகித்தவர்கள். தமிழ் மன்னரின் நாடுகளைக் கைப்பற்றி, அவற்றை எரியூட்டி, அந்நாட்டுப் பெண்களை தாசிகளாக்கிய இன்னொரு தமிழ் மன்னனின் அயோக்கியத்தனத்தை வியந்து பாராட்டிய சங்கப் புலவர்கள் சிலர் மேன்மையான படைப்புகளை ரசித்தவர்கள்தான்,

படைப்புகள், மனிதனின் ஆளுமை உருவாக்கத்தில் எத்தகைய பாதிப்புகளை ஏற்படுத்துகிறது என்று கருதுகிறீர்கள்?

முன்கேட்ட அதே கேள்வியைப் போன்றதான இந்தக் கேள்விக்கும் முன்பதிலைத் தொடர்ந்து விசாரிக்கலாம். நீங்கள் வாசகனைப்பற்றி கேட்டீர்கள். நான் எழுத்தாளர்களைச் சொல்லிக்கொண்டிருந்தேன். வாசகன், எழுத்தாளனின் அனுபவத்தைத் தன் அனுபவமாக, தன் புனைவுகளையும் சேர்த்து படைப்புக் கற்பனையோடு தன் கற்பனையும் இணைத்து வாங்கிக்கொள்பவன். நுட்பமான வாசகன் படைப்பையும், படைப்புபோன்ற படைப்பல்லாத போலியையும் புரிந்துகொள்பவனாக, போலிகளை புறம்தள்ளுபவனாக இருப்பான். இருக்க வேண்டும். திறமான படைப்பாளிகளைக் காணும் அவன்/அவனுடைய அந்தக் கணம், உன்னதமாக இருக்கும். ஒரு புது அனுபவத்தைப் பெற்றவராக வாசகர் உயர்ந்திருப்பார். அதேசமயம், போலியையும் சுலபமாகக் கண்டுபிடிக்கும் சக்தி உள்ளவராகவும் வாசகர் இருப்பார். ஒரு புதிய பார்வையை ஸ்வீகரித்தவராக வாசகர் கிறங்கிப்போயிருப்பார். இந்த வாசகர், அதிகாரத்தைக் கட்டமைக்கமாட்டார்.

பதவி, அதிகாரங்களைக் காசு பண்ணவும், பிரபலம் பண்ணவும், பரிசு பெறவும் பயன்படுத்தமாட்டார். இதையெல்லாம் நம் சூழலில் சில எழுத்தாளர்கள் செய்துகொண்டிருக்கிறார்கள். நல்ல படைப்பு தரும் ரசம், சாரமாக வாசகரிடம்/மனிதரிடம் உறைந்துபோகும். ஆண்டாளின் 'மார்கழித் திங்கள் பாடலில், 'ஏரார்ந்த கண்ணி எசோதை இளஞ்சிங்கம்' என்று, ஒரு வரிக்குப் பாஷ்யகாரர் எழுதும் உரை மிகச்சிறந்த உதாரணம். ஏர் என்றால் அழகு. ஏர் ஆர்ந்த என்றால் அழகு வளரும் என்று பொருள். அழகு வளரும் கண்ணியாம்

எசோதை. அழகு நாளுக்கு நாள் வளருமா? வளர்ந்ததாம். எப்படி? அழகே உருவான கண்ணனின் அழகு நாளும் வளர வளர, அதை பார்த்துப் பார்த்து எசோதையின் கண்ணுக்கும் அழகு கூடிக்கொண்டே வந்ததாம். அதுமாதிரி படைப்பாளி, வாசகர் அனுபவப் பரிமாற்றம் வளர்ந்துகொண்டே இருக்கும். மொண்ணைப் படைப்புகளைத் தேர்பவன் மொண்ணையாகவே இருப்பான். 'குருடும்குருடும் குருட்டாட்டம் ஆடி' என்கிற கதைதான்.

தமிழில் நவீன இலக்கியம் வாசிக்கும்/படைக்கும் வாசகர்/படைப்பாளிக்குச் சங்க இலக்கியம், பக்தி இலக்கியம் போன்ற பண்டைய இலக்கியப் பயிற்சி எந்தவகையில் தேவைப்படுகிறது?

சங்க இலக்கியம், பக்தி இலக்கியப் பயிற்சி அவசியம் என்றே நினைக்கிறேன். இலக்கியம், புனைவுகள் கடந்த பிரதேசம். புனைவு வெளியில் நடக்கிறவர், நடக்க நினைக்கிறவர்கள், கடந்துசென்ற புலத்தை அறிந்தவர்களாக இருப்பது நல்லது. சங்க இலக்கியம் நிலம், பொழுது, காலம், வெளி, புள், இசை, நடனம் முதலான ஸ்தூலங்களின் சமவெளியில் தன் புனைவுகளைக் கட்டி எழுப்பியது. இதன் வாசிப்பு, வாசிப்பவரின் மனசில் உருவாக்கும் படிமம், வார்த்தைகள் பயன்படுத்தப்பட்டவிதம், விதைகள் எழுதிச்செல்லும் மனோபாவம் எல்லாம் படைப்புக் கிலியையே கூர்தீட்ட வல்லவை, சங்க இலக்கியத்தின் கணிசமான அகப் பாடல்கள் பகுதிகள் பேச்சு ரூபமாக அலைந்த அனுபவங்கள், கருத்துகள் அல்ல. கருத்துகள் பயனற்றவை. நீதி உரைக்கும் பனுவல்கள், மனிதர்க்குத் தேவை இல்லாதவை. அனுபவப் பரிமாறல்களே இலக்கியம் என்றால் சங்கப் பனுவலும் அறியவேண்டியதுதானே. நிச்சயம் நெகிழ்வுதருபவை. தமிழின் பழைய இலக்கியப் பரிச்சயங்கள் இல்லாமல்கூட பலரும் சிறப்பாக எழுதிவருகிறார்கள்.

திருக்குறள் போன்ற நீதி இலக்கியம், மூன்றாந்தரமான இலக்கியப் படைப்பு என்ற கருத்து இலக்கிய உலகில் நிலவுகிறது. திருக்குறள் கூறும் நீதியைப் படித்துவிட்டு யாராவது திருந்தியிருக்க வாய்ப்புண்டா? திருக்குறளில் ஒவ்வொரு அதிகாரத்திலும் அதுதான் முக்கியமானது என்ற பாவனை எரிச்சலூட்டுகிறதே?

திருக்குறள் அறம் கூறவந்த எழுத்து. இந்த ரகமான எழுத்துகள், கருத்தைப் பிரதானமாக முன்வைப்பவை. சங்க இலக்கிய அகப் பாடல்கள் போன்ற அநுபவங்கள் கூறும் நோக்கம் வள்ளுவருக்கு இல்லை. காமத்துப்பாலில் சில அழகிய தெறிப்புகள் உண்டு. இலக்கிய மரபில், சில சங்கப் புலவர்கள், இளங்கோ, ஜெயங்கொண்டார், கம்பன், புகழேந்தி போன்ற சிலரே படைப்பாளர்கள். வள்ளுவர், நாலடியார் ஆசிரியர்கள் போன்றோர் வேறுதுறையினர். படைப்பிலக்கியம் அவர்கள் நோக்கமில்லை. ஜே.கிருஷ்ணமூர்த்தியும் க.நா.சு.வும்

ஒரு துறையாளர்கள் இல்லை என்பதுபோலவே வள்ளுவரும் சங்க ஔவையும். தமிழர்கள், செய்யுள் எழுதியவர்கள் எல்லாரையும் கவிஞர்கள் என்றே பயிற்றுவிக்கப்பட்டவர்கள். திருக்குறளை மட்டுமல்ல; எந்த நீதிசொன்ன நூல்களையும் படித்த ஒருவன் திருந்தமுடியும் என்று தோன்றவில்லை. வாழ்வு தழுவிய அனைத்து அம்சங்களையும் தொடவேண்டும் என்று ஆசைப்படுகிறார் வள்ளுவர்.

வாழ்வின் பொய்ம்மைகள் நூறு அனைத்தையும் ஒவ்வொரு அத்தியாயமாகச் சொல்லும்போது, அந்தத் தீமையே உசத்தியான தீமை என்று சொல்லி அழுத்தம் தரவேண்டிய கட்டாயம் அவருக்கு. நபர் பக்கத்திலேயே இருந்தாலும், கோர்ட் சேவகன், 'ராமசாமி ராமசாமி ராமசாமி' என்று மூன்று முறை சொல்லுகிறாரே, அது மாதிரிதான் இதுவும். ஒருவகையான மரபுதோஷம். தவிரவும், ஒவ்வொரு பொருள்பற்றியும் பத்துக் குறள்கள் எழுதுவது என்று முடிவுசெய்து ஒரு வடிவம் கொடுக்க ஆசைப்பட்ட வள்ளுவர், கூறியதுகூறலைச் செய்வது தவிர்க்கமுடியாததாகிறது.

எழுத்தில், அது அனுபவப் பரிமாற்றமான படைப்பாக இருந்தாலும் அல்லது அறம், நீதி சொல்லும் உருவாக்கமாக இருந்தாலும், முன்கூட்டிய வடிவ இறுதி, எழுத்தாளர்களைச் சங்கடம் செய்யும் என்பது வள்ளுவருக்கும் பொருந்தும். இலக்கிய வாசிப்பில், கம்பன், கலிங்கத்துப்பரணி, மாட்டுவாகடம், ஔஷத சிந்தாமணி எல்லாம் ஒன்று என்பதான மொண்ணைப் போக்கும், கவிதைக்கும் சினிமா பாடலுக்கும் இடையே இருக்கும் வித்தியாசமும் படைப்புக் கலைஞனுக்கும் பராமரிப்பாளனுக்கும் ஊடே இருக்கும் வேறுபாடும் அறியாத அறிவுப்புல படிமுறை நம்முடையது. படைப்பாளனைவிட கூர்மையாக இருக்கவேண்டியவர் வாசகரே!

திருக்குறளில் பிறன்மனைச் சேரல் அதிகாரத்துக்கும் கம்பராமாயணத்துக்கும் இடையில் ஒப்பிட்டுப் பார்க்கும்போது படைப்பாளி என்ற நிலையில் எதை முக்கியத்துவப்படுத்துவீர்கள்?

திருக்குறள் பிறன்மனைச் சேரல், நீதிகளால் ஆனது. காலம் தோறும் ஞானிகள், முனிவர்கள், அருளாளர்கள் எனப்படுபவர்கள் சமூகத்துக்கு, அச்சமூகம் சார்ந்த அரசியலுக்கு ஏற்ப நீதிகளைச் சொல்வார்கள். குடும்ப அமைப்பு என்பது நிறுவனமாகி வந்த காலத்தைச் சேர்ந்தவர் வள்ளுவர். ஒழுங்கான குடும்பம், குழந்தைகள், அதுசார்ந்த பாதுகாப்பு, குடும்பங்களால் நிலைபெற வேண்டிய அரசு ஆகியவைகளைக் கட்டமைக்கும் பணியை அவர் செய்தார். பிறன்மனையை நயந்து, அவளை ஊசலாட்டத்துக்கு உட்படுத்தல் குடும்ப அமைதியைக் குலைத்தல் போன்றவற்றை அவர் சமூகத் தீங்காகக் காண்கிறார். எல்லா காலத்திலும் இப்படியான நீதி உரைகள் பெருகவே செய்யும்.

இலக்கியப் படைப்பாளனுக்கு நீதிகளைப் பற்றிய கவலை இல்லை.

பிறன்மனை நயத்தலில், ஆண் பார்வையே மேலோங்குகிறது. பெண்ணின் நிலைபாடு பற்றிய புரிதலை, அறம் சொல்வோர் ஒரு விஷயமாகவே கருதுவது இல்லை அல்லது கணவனின் நிலைமை பற்றியும் நாம் கேள்வி எழுப்புவது இல்லை. எப்போதும் பெண்ணே, குற்றவாளிக்கூண்டில் ஏறுகிறாள்.

படைப்பாளன், நயத்தலிலோ, நயத்தல் தீது என்பதிலோ அக்கறைகொள்பவன் இல்லை. அப்படி, நயந்து, நயத்தலால் ஏற்படும் பிரச்சினைகள் பற்றியதே படைப்பாளன் அக்கறை. படைப்பாளன் நீதிபதி இல்லை; போலீஸ்காரன் இல்லை. ஒழுங்கு என்பதிலோ இன்மை என்பதிலோ பற்றற்றது. அப்படி வாழநேர்ந்த மனிதர்களின் பாடு பற்றியதே படைப்பு அக்கறை.

கம்பன் படைப்பாளி. ராமனைக் காட்டிலும் அதிகமாக இராவணனை நேசிக்கிறான் கம்பன். கம்பனைப் படிப்போர்க்கு இது தெளிவாக விளங்கும். ஒரு பெண்பற்றி, தந்தையும் மகனும் உரையாடிக்கொள்ளும் ஆச்சர்யம் கம்பனில் உண்டு. ‘அச்சத்தால் அல்ல, நியாயத்தால் சொல்கிறேன்’ என்று மன்றாடுகிறான் இந்திரஜித். இராவணன், காதலனாக இல்லை; கௌரவம் பார்ப்பவனாக மாறிவிடுகிறான். அவன் போருக்குப் புறப்படும்போதே சாகத்தான் போகிறோம் என்ற தெளிவோடுதான் போகிறான். நியாயத்தின் பக்கமாக நிற்பதா, தன்மதிப்புமேல் நிற்பதா என்பதே அவன் பிரச்சினை.

சீதையை விட்டுவிட்டால், ‘என்னை யான் எனக் கருதுவாரோ’ என்று கேட்கிறான் இராவணன். ‘இராவணனா இப்படிச் செய்தான் என்றல்லவா உலகம் சொல்லும்’ என்கிறான் அவன். என்னையே நோக்கி இந்த நெருடும் பகையை நான் தேடிக்கொண்டேன் என்கிறான். முரண் சீதையின்மேல் உள்ள காதல் பற்றியது இல்லை. தனக்குள், தான் செய்தது தவறு என்று இராவணன் அறிவான். என்றாலும் அதற்கான பிராயச்சித்தத்துக்கு அவன் தயார் இல்லை. இராமன் அவனைக் கொல்லவில்லை, சீதையின் புறக்கணிப்பு அவனைக் கொன்றது. கோபம், காதல், பலம், பலவீனம் என்று மனிதர்க்கே உரிய நாடகத்தை நிகழ்த்துகிறான் கம்பன். உண்மையில், இந்த நாடகம்தான் சமூகத் தேவை.

இன்றுவரை குழந்தைகளுக்கு நீதி சொல்வதுபோல எழுதப்படும் படைப்புகளை எப்படி மதிப்பிடுகிறீர்கள்? அவற்றினால் குழந்தைகளுக்கு ஏதாவது பயன் உண்டா?

குழந்தைகளுக்கு நீதி சொல்லுதல் அறிவீனமானது. குழந்தைகளை அழகுகளோடும், இயற்கையோடும், இசையோடும், இணையவிடும்

முயற்சியே சிலாக்கியம். இன்றுவரை தமிழில் குழந்தைக்கான இலக்கியம் கவலையாகவே இருக்கக் காரணம், குழந்தைகள் மனோபாவம் தெரியாமல் எழுதப்படுவது. லட்டு, புட்டு, கிட்டு என்று எழுதுவதோ, நீதி சொல்வதோ குழந்தைக் கவிதைகள் ஆகாது. குழந்தைகளை 1330 திருக்குறளையும் மனப்பாடம் செய்து மேடையில் ஒப்பிக்க விடும் வன்முறை நம் நாட்டில் யதார்த்தம். குழந்தைகளின் குழந்தைமையைப் போதிக்க வேண்டும் குழந்தை இலக்கியம். 'அறம் செய விரும்பு' என்று குழந்தைக்குச் சொன்னால், குழந்தைகளுக்கு என்ன புரியும்? பெரியவர்களுக்கே 'அறம்' புரியாது. கல்லாதான் கற்ற கவிக்கும் அவனுக்கும் வான்கோழியை உதாரணம் காட்டுவது முட்டாள்தனம். எந்த வான்கோழியும் மயிலைப் பார்த்துத் தன் தோகையை விரிப்பதில்லை.

'அறம்' என்று தமிழர் வாழ்வில் தொடர்ந்து வலியுறுத்தப்படுவது ஏற்புடையதா? உங்களுக்கு அறத்தில் நம்பிக்கை உண்டா ?

அறம் என ஒன்று இருக்கிறது. அது நீதி உரைப்பது இல்லை. நியாயம் வழங்குவது இல்லை. தீர்ப்பு சொல்வது இல்லை. சகமனிதரைப் புரிந்துகொள்வதே என் அறம். கோவலனைப் புரிந்துகொள்ளும் மனமே அறம். மாதவியிடம் அவன் போனது சரியா, தவறா என்பது என் பிரச்சினை இல்லை. அது அவன், அவள் பிரச்சினை. கண்ணீரை, துன்பத்தை, துயரை, வறுமையை, இயலாமையை தவிர்க்கமுடியாத சமரசத்தைப் புரிந்துகொள்வதே என்னைப் பொறுத்தவரை அறம். நான் பாதிக்கப்பட்டவர் பக்கமே நிற்கிறேன். உலகம் ஒழுக்கவாதிகள் என்கிற வன்முறையாளர்களால் இயங்குவது அல்ல. பலவீனர்களால் அல்லது மனிதர்களால் இயங்குவது. பலவீனமே மனிதனின் பலம். மூடத்தனமே அவளது யதார்த்தம், பாவம் செய்வதே இயல்பு.

தனிமனித அறம், சமூக அறம் என்ற பாகுபாட்டில் சமூகத்துக்கென தனித்த அறம் இருக்க வாய்ப்புண்டா?

சமூகம், தன் பாதுகாப்புக்கும், இயங்குதலுக்கும் தோதாகச் சில முறைகளை வகுத்துக் கொள்கிறது. சட்டத்தை ஏற்படுத்திக் கொள்கிறது. அதைக் கறாராக அமல் நடந்த ஏஜென்சிகளை ஏற்படுத்திக்கொள்கிறது. காவல்துறை, நீதித்துறை எல்லாம் சமூகத்தின் ஏஜென்சிகள்தானே. இந்த ஏஜென்சிகள் மீறல்களின் தன்மையை ஆராய்ந்து நீதிகளை அமல்படுத்துகின்றன. தனி மனிதர்கள். இவைகளின் நெருக்குதலால் துயர் அடைகிறார்கள். மனப்பிறழ்வு, சிறைச்சாலை, அணுகுண்டு வீச்சு, பெண் நிலை, அரவாணிகள் துயர் எல்லாம் சமூக அறப்பிறழ்வுகள். லஞ்சம், ஊழல், அதிகார துஷ்பிரயோகம், அரசியலில் குண்டர்களின் ஆளுகை, மசூதி இடிப்பு, தலித்துகளுக்கு எதிரான போக்கு இசுலாமியர்களை விதேசிகள் என்பதான சித்தரிப்பு போன்றவை எல்லாம், சமூகத்தின்

அற மீறல்கள். சுயப்பிரக்ஞை உள்ள தனி மனிதர்களைச் சமூகம் நசுக்குகிறது. வேலை செய்வதும், செய்யாமல் இருப்பதும் தனிமனிதர் பிரச்சினை. ஒருவன், செய்யும் வேலைக்கும், அவனுக்குமான உறவு, பங்கு என்ன என்பதைக் குறித்த புரிதல் சமூக அறத்தில் இல்லை.

உழைத்தால் உயரலாம் என்கிறது சமூக அறம். உழைக்கத்: தயார். உயர்த்துவதற்கான உத்தரவாதத்தை யார் தருவது? வல்லரசு ஆவோம் என்கிறார் அப்துல் கலாம். எதற்கு வல்லரசு ஆக வேண்டும் சண்டை போடுவதற்கா? இந்தியா, பாகிஸ்தான் ராணுவத்துக்காகச் செலவிடும் பணத்தில் என் சுதந்திரம், என் வளம், என் அமைதி, என் மகிழ்ச்சி திசை தவறிப்போகிறது. அணு ஒப்பந்தத்துக்கும் எனக்கும் சம்பந்தம் இல்லை. இந்தியா உலக வங்கியில் வாங்கும் கடனுக்கும் எனக்கும் சம்பந்தம் இல்லை. உலக முதலாளிகள் இங்கு கீரை விற்பது எனக்குச் சம்மதம் இல்லை. ஆனால் காரியங்கள் எல்லாம் என் அனுமதி பெறாமலே நடக்கின்றன. என் அறம், தனிமனித அறம் வேறு சமூக அறம் வேறு. தனிமனித அறமும், சமூக அறமும் முரண்படும்போது, நான் தனிமனிதன் பக்கமே நிற்பேன்.

தமிழில் புதிய இசங்கள் காரணமாக வீரியமான படைப்புகள் வித்தியாசமாக வெளியாகிக் கொண்டிருக்கின்றன. அவற்றை மூத்த படைப்பாளர் என்றரீதியில் எப்படி எதிர்கொள்கிறீர்கள்?

எந்தப் புதிய வருகையையும் நான் மகிழ்ச்சியாக வரவேற்கிறேன். இசங்களின் வருகையால் இலக்கிய வடிவம் மாறுகிறது. சொல் முறை மாறுகிறது. நேர்க்கோட்டுப் படைப்புகள் ஒளி இழக்கின்றன. மொழி கட்டமைப்பு மாறுகிறது. புது தொனி தமிழில் உருவாகிறது. கோணங்கி, பிரேம்-ரமேஷ், பா.வெங்கடேசன் போன்றவர்கள் முயற்சி மிக முக்கியமானது. ஏற்கெனவே செய்யப்பட்டதைப்போல இன்னொன்றை இலக்கியம் அனுமதிப்பதில்லை. வெற்றியைப் பிரதி எடுக்கும் போக்கு உடைபடும் காலம். இது வரவேற்கத்தக்க விஷயம்.

தமிழில் ஒரே நாவல் என்னுடையது, தமிழின் நவீனப் புனைவுமொழி என்னிலிருந்து பிறக்கிறது, பால் அடையாளமற்ற பிரதிக்கு நானே அத்தாட்சி போன்ற குரல்கள் இன்று ஒலித்துக் கொண்டிருக்கின்றன. இவை பொருட்படுத்தக்கூடியனவா?

இவைகளெல்லாம் அபத்தங்கள். வெட்கம்கெட்ட பேச்சுகள். பாரதி என்ற புதுக்கவிக்கு முன் பாரதி என்ற கவியைச் சமைக்க வள்ளலாரும், தாயுமானாரும், ஜி.சுப்பிரமணிய ஐயரும் உழைக்க வேண்டி இருக்கிறது. மிக உயர்ந்த நாவல் ஒன்று உருவாகும் காலத்தில் எண்ணற்ற நாவல்கள் எழுதப்பட்டுக்கொண்டுதான் இருக்கும். காலம் கோரும் தீட்சண்யத்தை ஒரு பெரும் தர்சனத்தை

ஒரு நாவல்தான் கொண்டிருக்கும். அந்த நாவலை விண்ணப்பம் போட்டோ, முன்மொழிந்தோ நிலை நிலைநிறுத்திவிட முடியாது. ஜே.ஜே.சில குறிப்புகள் அது வெளிவந்தபோது பெற்ற வரவேற்பு ஒன்று. இப்போது அதன் இடம் பரிசீலனைக்கு உள்ளாகியிருக்கிறது. ப.சிங்காரம் அண்மையில்தான் கவனிப்புக்கு உள்ளாகியிருக்கிறார். காலம் கலைத்துப் போடும் சீட்டு எப்படி விழும் என்பதை யாரும் கணிக்க முடியாது. இந்த மொதல் மொதல் முத்துச் சிப்பிகள் எல்லாம் காணாமல் போகும்.

இலக்கிய வளர்ச்சிக்கு, குழு மனப்பான்மை தேவை என்ற கருத்து நிலவுகிறதே? குழு அரசியலால் நல்ல படைப்புகள் மெல்ல அடையாளப்படுத்தப்படுகின்றன. அதேநேரத்தில், ஒரு சாதாரண படைப்பு, குழு சார்ந்தவரால் எழுதப்படுகிறது எனில், தூக்கிவைத்துக் கொண்டாடப்படுகிறதே. இப்படியான தூக்கி நிறுத்தப்படும் இலக்கியம் தொடர்ந்து செல்வாக்குப் பெறுமா?

குழு மனப்பான்மை முற்றும் தவறு என்று சொல்வதற்கு இல்லை. ஓர் இலட்சியம், வாசகப் பரப்பு, படைப்பு மனோபாவம் கொண்டவர்கள் குழுவாக இணைவது தவிர்க்கமுடியாதது. அவர்கள் பத்திரிகை கொண்டு வருவதும் இயல்புதான். தன்னைச் சார்ந்தவர்களை இனம் காண்பதும் வெளிப்படுத்துவதும்கூட தேவைதான், தன்னைச் சார்ந்தவர்களின் வழுக்கல்களுக்கு முட்டுக்கொடுக்கும்போதும், எதிரிகளின் பலத்தைக் காணாமல் கடப்பதும், கண்டுகொள்ளாமல் தவிர்ப்பதும் நடப்பதுதான் குழுவின் பலவீனம். 'மென்டல்' என்று குழுவைச் சார்ந்தவரை விமர்சிப்பதும், அங்கயீனத்தை கதைப் பொருளாக்குவதுவரை இந்தக் குழு அரசியல் போகிறது. விமர்சனத்துக்கு அப்பாற்பட்டவராகத் தம்மைக் கருதிக்கொள்ளும் பலவீனர்களால் நிரம்பியிருக்கிறது குழு அரசியல். குழுவால் தூக்கி நிறுத்தப்படுவது உடனே சரியும்.

எழுபதுகளில் வண்ணதாசன், பூமணி, பிரபஞ்சன், கோ.ராஜாராம், சா.கந்தசாமி, வண்ணநிலவன் போன்ற பலர் தீவிரமாக எழுதியபோது, படைப்பாளர்களிடையே சக படைப்பாளர்களை மதித்து அங்கீகரிக்கும் போக்கு நிலவியது. இன்று நெற்றியடியாகச் சக படைப்பாளர்களின் படைப்புகளை வீழ்த்துவதன்மூலம் தன்னுடைய இடம் உறுதிப்படும் என்று நம்பும் போக்கு உள்ளது. இந்த முரண்பாட்டை எப்படி எதிர்கொள்கிறீர்கள்?

எழுத்தாளர்கள் ஒருவகை பதைபதைப்போடு இருக்கிறார்கள். தாங்கள் கவனிக்கப்பட வேண்டும் என்று எழுத்துக்கு உவக்காத பல காரியங்களைச் செய்கிறார்கள். தங்கள் வெளியை யாரும் திருடிவிடக் கூடாது என்று பயம் கொள்கிறார்கள். ரூபமாகவும், அரூபமாகவும் சிலரை கற்பனை செய்துகொண்டு, நிழல் யுத்தம் செய்துகொண்டு ஜீவிக்கிறார்கள், சதி வேலை, கீழறுப்பு வேலை எல்லாமும் நடக்கின்றன.

சிறுபத்திரிகை அல்லது நடுப்பத்திரிகைகள் அதிகார மையங்களைக் கட்டமைக்க முயலுகின்றன. அதிகாரம், விமர்சனமாக தாக்குதலாக, பயமூட்டலாக வெளிப்படுகிறது. விஷ்ணுபுரம் வெளிவந்தபோது அதைக் கவனிக்காமல் கடக்கும் முயற்சியும், அப்புறம் தாக்கும், புறக்கணிப்பும் நடந்தன. பெரிய எழுத்தாளர்கள் எனப்படும் பலர், தகுதிச் சான்றிதழைக் கையில் வைத்துக்கொண்டு அலைந்த பலரும் அதைப் புறக்கணிக்கவே முயன்றார்கள். எல்லாவற்றையும் மீறி விஷ்ணுபுரம் இன்று நிலைபெற்றிருக்கிறது.

எழுபதுகளின் தொடக்கத்தில் நானும், பூமணியும், ராஜாராமும், வண்ணநிலவனும், வண்ணதாசனும், செயப்பிரகாசமும் இன்றும் பலரும் எழுதவந்தபோது, எங்களுக்குள் பகை இல்லை. காரணம், பயம் இல்லை. அவரவர் கை மணலைக் கொண்டுவந்து பரிமாறினோம். வண்ணநிலவனிடம், வண்ணதாசனிடம், பூமணியிடம், இன்று சந்தித்தாலும் விட்ட இடத்திலிருந்து தொடர்ந்து உரையாடவும், புழங்கவும் என்னால் இயலும். அவர்களாலும் முடியும். அந்த 70களின் தொடக்கத்தில், நிறுவனம், பணம், அதிகாரம் எதுவும் இல்லை. எங்கள் நோக்கம், எழுதுவது, படிப்பது என்பது மட்டுமாக இருந்தது. இயல்பான அன்புடனும், புரிதலுடனும் நாங்கள் பழகினோம். அது இப்போது இல்லை. அடுத்தவரை அங்கீகரிக்கும், இருப்பை ஏற்றுக்கொள்ளும் அடிப்படை மனிதத்தன்மை இல்லாமல் போய்க்கொண்டிருக்கிறது. எழுத்து வந்துவிட்டமையால் பலர் எழுதுகிறார்கள். படைப்பை முன்னிறுத்தும் படைப்பாளிக்கு இது எல்லாம் பிரச்சினை இல்லை. இந்த விஷ வளையத்துக்குள் சிக்கிக்கொள்ளாமல் இருக்கவே அவன் பாடுபட வேண்டியிருக்கிறது. எழுத்தின் நோக்கம் நகர்ந்துவிட்டது.

இன்று 500, 600 பக்கங்களில் மெகா அளவில் சீரியஸ் நாவல்கள் தமிழில் வெளிவருவது மகிழ்ச்சியளிக்கிறது. அவை கண்டுகொள்ளப்படாமல் விடப்படுவதற்கான தந்திரம் என்னவாக இருக்கிறது? புதிய திரைப்பட ரிசல்ட்போல, புதிய நாவல் எப்படி? ஊத்திக்கிடுச்சா? ஓகே.வா? இப்போக்கு இலக்கிய வளர்ச்சிக்கு ஆரோக்கியமானதா?

உங்களுக்கும் எனக்கும் மகிழ்ச்சி அளிக்கிறதுதான். நமக்கு எவரும் பகையாக இல்லை. அவரவரும் ஒரு பிடி மண் எடுத்து வந்து பொத்தலை அடைத்துக்கொண்டிருக்கிறோம். மற்றவர்களுக்கு வேறுவேலைகள் இருக்கின்றன. ஒரு மண் குடத்தை வாங்கி, அதுக்குப் பாவாடை சுற்றி அம்மனாக உருவாக்கிய பூசாரியின் பிழைப்பு, இன்னொரு அம்மன் கடையை எதிரிலேயே போடுகிற இன்னொருவனைப் பொறுத்துக்கொள்ள முடியுமா? எதிரிக் கோயில் பிரபலமும் அடைந்து ஜனங்களையும் இழுத்துவிட்டது என்றால் பழைய பூசாரிக்கு உறக்கத்திலும் வயிறு எரியாதா? நடப்பது அதுதான்.

எதிரிப் பத்திரிகை குழாமைச் சேர்ந்தவர், நல்ல படைப்பொன்றை வெளியிட்டு அது கவனிப்புக்கு உள்ளாகிவிடக் கூடாது என்ற கவலை, ஆத்திரம், எரிச்சல் எல்லாம் ஏற்பட்டு, அடியாட்களைக்கொண்டு எதிராக எழுதவைக்கும், எல்லா கயமையும் இணைந்து நடக்கிறது. சிறுபத்திரிகை 'புதிய எழுத்து' மனோன்மணிக்கு இந்த மாதிரி கீழறுப்பு வேலைகள் தெரியுமா? தெரியாது. அவர்தான் உண்மையான சிறு பத்திரிகை இலக்கியவாதி. மனோன்மணிபோல இன்னும் சிலர். நல்ல எடுத்துக்காட்டு, புனைகளம். இவர்கள்தான் உண்மையான இயங்கு சக்திகள். ஜனரஞ்சக பத்திரிகைகளில் இடம்பெறும் கீழ்மைகள், இலக் கியத்தின்பேரால் வருகிற பத்திரிகைகளில் நடக்கின்றன.

உங்கள் சமகாலத்திய எழுத்தாளர்களில், மேடைப் பேச்சுகளிலும், கட்டுரைகளிலும் துணிச்சலான கருத்துகளை முன்வைத்திருக்கும் நீங்கள் ஒரு படைப்பாளி என்ற நிலையில் மனத்தடை இல்லாமல் எழுதுவதாக உணர்கிறீர்களா?

மனத்தடை பொதுவாக இருப்பதில்லை. நான் அடிப்படையில் கடுமையான கொள்கைவாதியோ, தியாகியோ இல்லை. எல்லா ஆசைகளும் எதிர்பார்ப்புகளும் இருக்கவே செய்கின்றன. அன்பு செய்தால் அதன் உச்சத்துக்கும், வெறுத்தால் அதன் பாதாளத்துக்கும் போய்விடுவது. கடுமையான முன்கோபம் முதலான பல பலவீனங்கள் எனக்குண்டு. சுபாவமாக எனக்குள்ள நற்குணங்கள் என் பலம். என் பலவீனங்கள், என் சுயநலம் சார்ந்து வெளிப்படுவதில்லை. என் போக்கை அந்தந்தத் தருணங்களே தீர்மானிக்கின்றன. அடிப்படையில் சில தெரிவுகள், சில கொள்கைப் பிடிப்புகள் எனக்குள்ள காரணத்தால், என் கோபம் பிரச்னைகளின் அடிப்படையிலே உருவாகிறது. என் பலவீனங்களை நான் நேசிக்கிறேன். எனக்கு என்னைக் காப்பாற்றிக்கொள்ள இது அவசியம். என் நண்பர்களை நான் அதிகம் விமர்சிக்கிறேன். விமர்சித்த பிறகுதான் தெரிகிறது, அவர்கள் என் நண்பர்களாகவே இருந்தது இல்லை என்று. அரசியலில், எந்தக் கட்சி ஆட்சிக்கு வந்தாலும், நான் எதிர்க்கட்சியாகவே இருப்பேன். என் துணிச்சல், நான் நம்புகிற உண்மைகளின்மேல் நிற்கிறது.

ஒரு படைப்பாளி தன்னைச் சுற்றிலும் நடக்கும் நியாய அநியாயமான விஷயங்களுக்கு எதிர்வினையாற்றுவது முக்கியமானது என்று கருதுகிறீர்களா? சமூகப் பிரச்சினைகள், அரசியலில் கருத்துச் சொல்லும்போது, படைப்புத்தன்மை சிதைவடையும் என்று சிறுபத்திரிகை உலகில் கருத்து நிலவுகிறதே?

நம் சிறுபத்திரிகை உலகில் நிலவும் பக்குவமற்ற கருத்துகளில் ஒன்று இது. அநியாயங்களை எதிர்த்துக் குரல் கொடுப்பது, நியாயங்கள் பக்கம் நிற்பது என்பது படைப்பின் மூலாதாரச் சக்திகளில் ஒன்று,

உலகின் பெரிய படைப்பாளர்கள், அரசியல் சார்ந்தவர்களே ஆவர். இந்தக் கனவை விசிறிவிசிறித்தான் அவர்கள் படைப்பின் இழையை நெய்கிறார்கள். இரண்டு யுத்தங்களுக்குப்பின் வந்த உலக எழுத்தாளர்கள் பலருக்கும் அறம்சார்ந்த, அறம் காரணமாக நெருக்கடிகளின் மத்தியில், அநியாயங்களுக்கு எதிராகவே குரல் கொடுத்தார்கள். சிலரிடம் இந்தக் குரல் தூக்கலாக ஒலிக்கிறது.

சிலரிடம் கீழ்ஸ்தாயியில் ஒலிக்கிறது. ஆனால் ஒலிக்கிறது. பிக்காசோவின் கோர்னிகா ஓவியம் உரக்க ஒலிக்கிறது. டாஸ்டாவ்ஸ்கி, "ஏன், இந்தக் குழந்தைகளுக்குக் குளிருக்கு ஏற்ற உடை இல்லை. ஏன், இந்தக் குழந்தைகளுக்கு உணவில்லை?" என்ற கேள்விகளை, குண்டுகளைப்போல வெடிக்கிறார். நர மாமிசம், அதுவும் சக கைதியின் மாமிசத்தைத் தின்னுகிற மனிதனைச் சித்தரிக்கிறான் ஓர் ஆசிரியன். கரப்பான்பூச்சியா மனிதன் என்று ஒருவன் கேட்கிறான். ஒருவரை ஒருவர், அடுதலும் தொலைதலும் புதுவது அன்று இவ் உலகத்து இயற்கை என்ற, கசந்த குரலை வெளியிட்ட சங்கக் கவிஞனையும் இதில் சேர்க்கலாம். 'தனி ஒரு மனிதனுக்கு' என்ற பாரதியும், கெடுக உலகியற்றியான் என்று சினந்த வள்ளுவனும், அந்தப் பண்ணை அடிமைகளைப் பட்டினி போட்டதைக் 'கொலை' என்று சித்திரித்து, அக் கொலையில் எனக்கும் பங்குண்டு என்ற டாஸ்டாவ்ஸ்கியின் உன்னதமான ஆவேசமும் படைப்புச் சக்திக்கு விரோதமாகிவிடாது. தி.ஜானகிராமன் எவ்வளவு அழகியலான மனிதர். மோகமுள் என்கிற இசை, எரிக்கிற காதலை மையம்கொண்ட நாவலில், யமுனா பாபுவிடம் பேசுகிற, பசியின் உக்கிரம்பற்றிய உரையாடல், அழகியலுக்கு விரோதமாய்ப் போய்விட்டது என்று சொல்லமுடியுமா என்ன? படைப்பின் கலைநேர்த்தி, விஷயங்களில் மட்டும் இல்லை. கலை அம்சம், ஆளுமை வெளிப்பாடு ஆகியவைகளைப் பற்றிய பிரச்சினை அது. செகாவ் போன்ற கலைஞர்கள், ஆஷ் டிரேயைப் பற்றி எழுதுகிறபோது சிகரெட் வாசனை வருகிறது. கலையாக எழுதப்பட்டது, கலையாக மிஞ்சும்.

படைப்பாளிக்கு அரசியல் தேவைதானா?

எல்லோருமே ஏதோ ஓர் அரசியலைச் சார்ந்துதான் இயங்கிக் கொண்டிருக்கிறோம். கட்சிசார்ந்த அரசியல் வெளிப்படையாகத் தெரிந்துவிடுகிறது. மார்க்சியத்தை கட்சிசார்ந்து சிபிஐ, சிபிஎம், சிபிஎம்எல் மற்றும் உள்ள குழுக்கள்வழியாக வெளிப்படுத்துகிறவர் உளர். தத்துவார்த்தத்தில் நிலைபெற்றவர்களும் இருக்கிறார்கள். தலித்தியம் மற்றும் பெண்ணிய அரசியலை கைக்கொண்டவர்கள் இருக்கிறார்கள். நவீனமாகப் பேசிக்கொண்டே வைதிகத்தை, பார்ப்பனியத்தை, இந்துத்துவத்தை மிக நுண்மையாக வடிவமைக்கிறவர்கள் இருக்கிறார்கள். தருமு சிவராமின் வசனத்தில், மிக வெளிப்படையாக இந்துத்துவத்துக்கு

எதிரான, பார்ப்பனமினுக்கிகளுக்கு எதிரான குரல் அருமையாக ஒலிப்பதைக் கேட்கலாம். எல்லோருக்குமே ஓர் அரசியல் இருக்கவே செய்கிறது.

படைப்புகளின்வழியே அரசியல் வெளிப்படுகிறது என்பதை ஏற்றுக்கொள்கிறீர்களா? அதை உங்கள் படைப்பின்வழியாக விளக்குங்களேன்?

படைப்பு என்பதே அரசியல் செயல்பாடுதான். தமிழ், இந்திய சூழலில், அரசியல் படராத விஷயம் ஒன்று இல்லை. நீங்கள் சிவன், விஷ்ணுவை வணங்குபவர் என்றால், நீங்களோ, உங்கள் மூதாதையர்களோ மாடனை, முனியை, பேச்சியை, அம்மனையோ வழிபட்டிருக்கிறீர்கள், பின்னால் சிறுதெய்வ வழக்கம் ஒழிந்து பெரு நெறியோடு இணைந்துகொண்டதில் அரசியல் இருக்கிறதே 'டீ'யைப் புறக்கணித்தலிலும் மேல், கீழ் அரசியல் இருக்கவே செய்கிறது. காதலில்கூட அரசியல் உண்டு. சாதி, மதப் பிரச்சினைகளின் கூடாரம், நம் வாழ்க்கை. அரசியலை அறவே நீக்கிய படைப்பென்று ஒன்றும் இல்லை. என் கதைகளும் அரசியல்தான். என் கதையை நானே எடுத்துப் பேச கூச்சமாக இருக்கிறது. அது வேண்டாம்.

பார்ப்பனியம் ஆதிக்கம் செலுத்திய 20ஆம் நூற்றாண்டின் முற்பகுதியில் திராவிட இயக்கத்தின் தேவையிருந்தது. 1980களில் சி.என்.அண்ணாதுரை, மு.கருணாநிதி, எஸ்.எஸ்.தென்னரசு, டி.கே.சீனிவாசன், கோதை வில்லாளன் எனப் பலர் திராவிட இயக்கச் சார்புடன் படைத்தனர். நூற்றுக்கணக்கான பத்திரிகைகளும் படைப்புகளும் வெளியாயின. இன்று திராவிட இயக்கப் படைப்புகள் இல்லாமல் போனதற்கு எது காரணம்? சூழல் மாறிவிட்டதா?

உங்கள் கேள்வியில் பதில் சொல்லவேண்டிய மூன்று பகுதிகள் இருக்கின்றன. ஒன்று, 20 ஆம் நூற்றாண்டின் முற்பகுதியில் திராவிட இயக்கத்தின் தேவையிருந்தது என்பது. அந்தத் தேவை இப்போது கூடி இருக்கிறது. முன்பெல்லாம் வெளிப்படையாக மார்பில் தொங்கிய பூணூல், இப்போது இருதயத்தில் ஆணி அடித்து மாட்டப்பட்டிருக்கிறது. பிராமணியம் சார்ந்த மிக நுண்ணிய அரசியலை மிகச்சாமர்த்தியமாக, நவீனச் சொல்லாடலோடு கட்டமைக்கிறார்கள். சங்கராச்சாரியம், விதவைகள் குறித்து வெளிப்படுத்திய கருத்துகளும், வேலைக்குச் செல்லும் பெண்கள் பற்றிய கருத்துகள் எவ்வளவு விபரீதமானவை. ஜாதிகுறித்து இழிவு செய்தால் குற்றம் என்று சட்டம் இருக்கிற நாட்டில், பெண்ணினம் பற்றிய இந்த உரையாடல் மிகப்பெரும் குற்றம் அல்லவா? இதுபற்றிச் சொல்லும்போது, அடுத்து ஒரு நல்லவரை அந்தப் பீடத்துக்குக் கொண்டுவந்தால் பிரச்சினை தீரும் என்கிறார்கள். அந்த அமைப்பு தொடர, நீடிக்கவேண்டும் என்றும் சொல்கிறார்கள். இது சொல்லும் அர்த்தம் என்ன? பெரியாரை இழிவுபடுத்துகிறார்கள். விமர்சிக்கும் உரிமையை நாம்

மறுப்பதற்கில்லை. மாறாக, கேவலப்படுத்துகிறார்கள். இதெல்லாம் கலாச்சார தளத்திலேயே நடக்கிறது.

1949ல் திராவிட முன்னேற்றக் கழகம் அரசியல் அரங்கில் தோன்றியபோது, அதன் ஆற்றல்மிக்க பெரிய கருத்து எதிரியாக பெரியார் இருந்தார். இந்த எதிர்ப்பு 1967 வரை நீடிக்கிறது. இந்தச் சூழ்நிலையில் திமுக, வேர்பிடிக்க வேண்டியிருந்தது. அண்ணா, கலைஞர், நெடுஞ்செழியன், மதியழகன், நடராசன் என்று அக்கட்சியின் பெரும் தலைவர்கள் அனைவருக்குமே பத்திரிகை தொடங்கும் நிர்ப்பந்தம் ஏற்பட்டது. தன் பக்கத்து நியாயங்களுடனும், கழகத்துப் பிறப்பு நோக்கத்தையும் அவர்கள் நியாயப்படுத்த வேண்டியிருந்தது. தவிரவும், அவர்களில் பலர் எழுத்தாளர்களாகவும் படைப்பாளிகளாகவும் இருந்தார்கள். அவர்களுக்கு வடவர் எதிர்ப்பு, இந்தி எதிர்ப்பு, தெற்குத் தேய்வு, காங்கிரஸ் கட்சியின் மிட்டாமிராசு ஆக்கிரமிப்பு, அவசரநிலை எதிர்ப்பு என்று ஏராளமான அரசியல் நெருக்கடிகள், கொந்தளிப்புகள் இருந்தன. எதிரிகள் தெளிவாக எதிரில் நின்றார்கள்.

இன்று திராவிட இயக்கப் படைப்புகள் குறைந்துபோனமைக்குக் காரணம், மத்திய அரசில் அங்கம் வகிக்கின்றமை, கூட்டணி அரசில் தலைமை தாங்கும் சூழல், வெகுமக்கள் அரசியலில் நேரிடையாகவும், வெளிப்படையாகவும் வைதிக, பிராமண எதிர்ப்பைக் காட்டமுடியாத நிலை போன்றவற்றை உடனடி காரணங்களாகச் சொல்லலாம் என்றாலும் இடஒதுக்கீடு முதலான திராவிட இயக்கத் தோற்றுவாய்க்கான அடிப்படைகள் அவர்களால் மறக்கப்படவில்லை. அந்த நெருப்பு கனல்கிறது.

இந்து மத அடிப்படைவாதிகள் பெரும்பான்மையாகும் சூழலில் பாசிசம் ஏற்பட வாய்ப்புள்ளது. இத்தகு சூழலில் படைப்பாளிகள் இதனை எப்படி எதிர்கொள்வது?

நம் காலத்தின் அழைப்பை ஏற்றுக்கொண்டாகவேண்டிய கட்டாயங்கள் எழுதுபவர்களுக்கு உண்டு. இந்தியாவை வைதிக சனாதன பிராமணிய, இந்துத்துவ ஆதிக்கத்துக்குள் கொண்டுவருகிற முயற்சி நடந்து கொண்டிருக்கிறது. சில இடங்களில் அந்தப் பாசிச சக்திகள் வெற்றி பெற்றுக்கொண்டும் வருகின்றன. உதாரணம் குஜராத். இந்த நேரத்தில் அந்த பாசிச சக்திகளுக்கு எதிராக நிற்பதும், போராடும் மக்கள் திரளுக்கு ஆதரவாக நிற்பதும் தாழ்த்தப்பட்டவர்கள், ஒடுக்கப்பட்டவர்கள், சிறுபான்மையினர் பக்கம் நின்று அவர்கள் உணர்வைப் பிரதிபலிப்பதும் எழுத்தாளர்களின் கடமை ஆகிறது. சாதி எங்கே இருக்கிறது, ஒடுக்குமுறை காலாவதி ஆகிவிட்டதே என்பதெல்லாம், ஒடுக்குபவர்கள் முன்வைக்கிற வஞ்சகக் கருத்தாடல். பல அறிவு ஜீவிகள் ஏமாந்து கொண்டிருக்கிறார்கள். நுட்பமும் கூடியவர்களாய் மக்கள் எதிரிகள் தேர்ந்துகொண்டிருக்கிறார்கள். அதற்குத்

தகுந்தமாதிரி நம் புரிதல்களையும் நாம் கூர்மைப்படுத்திக்கொள்ள வேண்டியிருக்கிறது.

படைப்பு என்பது அழகியல்சார்ந்து ரசனை வயப்பட்டது என்ற பார்வை அப்படியே ஏற்றுக்கொள்ளத்தக்கதா?

அழகியல், ரசனை என்பதெல்லாம் யாரின் வாய்ச்சொல்லாக வெளிப்படுகின்றன என்பது முக்கியம். யாருக்காக, எவைகளை மகிமைப்படுத்த இவை கட்டமைக்கப்படுகிறது என்பது முக்கியம். தமிழ்ப் பண்பாடு என்கிறார்கள். யாருடைய பண்பாடு அது? இழிசனர், ஏவல்பெறு மாக்கள், அடிமைகள் என்று சமூகத்தின் பெரும்பான்மையினரைப் புறம்தள்ளி, மேல்மக்களின் வழக்காறுகளை விதந்தோதும் புனைவுகளே நம் பூர்வீகம், பண்பாடு என்றால், நாம் அதை ஏற்பதற்கில்லை. உண்மையில், கைக்கிளை என்பதும் பெருந்திணை என்பதுமே, நம் பெரும்பான்மை மக்களின் பண்பாடாக இருந்திருக்கும் என்று நான் நினைக்கிறேன். கைக்கிளை என்பது சிறுமை ஒழுக்கம் என்கிறார்கள். எது சிறுமை, எது பெருமை? சம்பந்தப்பட்ட அந்த இருவருக்குள் ஏற்படும் இணக்கத்தை எதன் பொருட்டும் சிறுமை என்று 'மேலோர்' சொன்னால், அதை நாம் எப்படி ஏற்பது? சிறுமை என்பது ஒழுக்கத்தால் வந்தது அல்ல. அந்த நபர்கள் சார்ந்த சாதியால் வந்தது. அதுபோல் பெருந்திணை என்பதும், பெரும்பான்மை மக்களின் வாழ்முறையிலானவை, வைதிக, சனாதனத்தின் சமூக, பொருளாதாரக் கண்ணோட்டத்தால் புறக்கணிப்புக்குள்ளாயின. தூய்மை, தீட்டு. சுத்தம், ஒழுக்கம் போன்ற கருத்தாடல்கள் வெறும் மூன்று சதவீத ஜனங்களின் கட்டமைப்புகள். அதை 97 சத மக்கள் ஏற்றுக்கொள்கிறார்கள் இலக்கியமும், இந்தக் கண்ணோட்டத்தில்தான் அழகியல் ரசனைகளைக் கட்டமைக்கிறது. தலித்தியமும், பெண்ணியமும், மேலெழுந்து, சங்க இலக்கியம், காப்பியங்கள்வழி கட்டமைக்கும் அழகியல்கள் கேள்விக்குள்ளாக்கப்படும் காலம் இது. நம் பழைய பிரதிகள்சார்ந்து கட்டமைக்கப்பட்ட எல்லா கருதுகோள்களும் சாயம் வெளுத்து வருகின்றன. படைப்பு எதார்த்தமோ, நவீனமோ, வாழ்நிலை சார்ந்த விமர்சனம்தான். விலக்கப்பட்ட ஒழுக்கங்கள், விளிம்புநிலை வாழ்நிலை, இவைகளின் ஆதாரத்தில்தான் நம் புதிய அழகியல், ரசனை உருவாக வேண்டும். உருவாகிக்கொண்டும் இருக்கிறது.

தமிழில் சிறுகதை தேக்கமடைந்து, சீரியஸான சிறுகதை எழுத்தாளர்கள் ஒரு கை விரல்களுக்குள் அடங்கிவிடும் சூழலை, இன்றும் சிறுகதை ஆக்கத்தில் உற்சாகத்துடன் ஈடுபடும் நீங்கள் எப்படிக் கணிக்கிறீர்கள்?

சிறுகதை வடிவத்தில்தான் படைப்புக்கான சவால்கள் இருக்கின்றன. மிகவும் கறாரான வரையறைகளை கதைகள் கோருகின்றன. சிறுகதைக்கு எந்த இலக்கணமும் இல்லை. எழுதுபவரே அதை வடிவமைக்கும் சுதந்திரம் கிடைக்கிறது. என் மேசைமேல், அதன் அகல நீளத்துக்குள் அடங்கும்

வாழ்க்கையும், அனுபவங்களும், என் கைப்பைக்குள் பாதுகாப்பாக இருக்கும் பணத்தைப் போல எனக்கு நிம்மதி தருகின்றன. ஒரு நாளிலோ, ஒரு வாரத்திலோ, பத்து நாளிலோ ஒரு சிறுகதையை முடித்துத் தொலைத்து விட்டு நிம்மதியாகச் சுற்றுவதற்கான, அலைவதற்கான, விட்டு வெளியேறுதல் சிறுகதைக்கு இருக்கிறது. ஆண்டுக்கணக்கில், பாத்திரங்களை, அவர்கள் உணர்ச்சிக் கொந்தளிப்புகளைச் சுமந்து திரியும் வலி நாவலுக்கு மட்டும்தான். புறங்கைக் காயம் மருந்துபோட, கழுவ, கண்காணிக்க செளகர்யமான விஷயம். முதுகுப் புண்ணுக்கு மற்றவர் உதவி அவசியம். எல்லாவற்றுக்கும் மேலே ததும்பிவரும் மனநெருக்கடிகளை ஒரு சிறுகதை எழுதி முடித்து வெளியேற்றி விடும் சாத்தியம், சந்தோஷமான விஷயம்.

நவீன இலக்கியச் சூழலில் அதிகார மையங்கள் செயல்படுகின்றன என்பதை ஏற்றுக்கொள்வீர்களா?

நவீன இலக்கிய முகாம்களில், குறுநில வேளிர்கள், முடியுடை மன்னர்கள், திரிபுவனச் சக்ரவர்த்திகள் எல்லாம் உருவாகி இருக்கிறார்கள். முதலில் பேட்டை பிஸ்தாக்கள், வேளிர்களாவார்கள். பிறகு மன்னர்களைச் சார்ந்து, வழிபட்டு, நரஸ்துதி செய்து, அங்கீகார யாசகம் செய்வார்கள். நாளாக நாளாக, மன்னர்கள் கசடுகளால், பலவீனங்களால், அதிகார போதையால், தளர்ந்து போகையில், அவர்களை வீழ்த்தி, தாங்களே மன்னர்கள் ஆவார்கள். கடந்த ஐம்பது ஆண்டுகளில், அரசியல் கட்சிகளை விட்டு வெளியேறியவர்கள் முதலில் 'கணக்கு' கேட்பார்கள். அப்புறம் 'கொள்கை' பேசுவார்கள். அப்புறம் பிற கட்சிக்குத் தாவு வார்கள். இது வேறு தளத்தில், வேறு வண்ணத்தில் இலக்கியத்தில் நடக்கிறது. அதிகார மையம், புனைவுகளால், பிரேமைகளால், தந்திரங்களால் கட்டமைக்கப்படும் லெளகிகம் சார்ந்த ஒரு சீரழிவு. பணமும், செல்வாக்கும் பிரயோகமும், அதன் வெளிமுகங்கள். யாரையும் இழிவுபடுத்தும் போக்கு இதன் தர்மம். இலக்கியத்தின் முதல் படியில் நிற்கும் இளைஞர்களே, அந்த அதிகாரிகளின் தூண்டிலுக்குள் சிக்கும் அப்பாவி இரைகள்.

புதிய பார்வை, காலச்சுவடு, உயிர் எழுத்து, குமுதம். தீராநதி, அம்ருதா, உயிர்மை போன்ற இடை நிலை இதழ்களின் பலம் என்ன? பலவீனம் என்ன?

எழுத்து, புனைகளம், புதிய எழுத்து முதலான சில பத்திரிகைகளே இலக்கியச் சிற்றிதழ்கள் என்ற தகுதியைப் பெறுவன. இவற்றின் உக்ரமும், சமரசமற்ற போக்கும், இலட்சியப் பிறப்புமே இவற்றின் சிருட்டிக்கான நியாயங்கள். இவையே படைப்பாளிகளுக்கான உந்து சக்தியும், ஆதாரமாகவும் இருக்கின்றன. இவற்றில் உரம் பெற்றே சிறந்த படைப்பாளிகள் உருவாகிறார்கள்.

இடைநிலைப் பத்திரிகைகள் இன்னும் அகல வாசகர் வட்டத்தைச் சென்ற டைந்து, இலக்கிய உணர்வை விஸ்தரிக்கின்றன. குறைந்த

அளவில் படைப்பு வெளிப்பாடும், பெரிய அளவில் படைப்பு போன்ற பாவனைகளையும் இவை உருவாக்கும். இந்த வட்டத்துக்குள் அறிமுகம் பெறுகிறவர்கள் மேல் நோக்கி எழுந்தால், படைப்பு ஒருமை சாத்தியப்படும். ஆனால் கீழே சரிவதுதான் நடக்கிறது. இன்று, இடைநிலைப் பத்திரிகைகளின் பிரச்சினை, இந்தக் களத்துக்குத் தகுதி அற்றவர்களால் இது நிரம்பி வழிகிறது. இலக்கியம் தவிர்த்த வேறு வேறு ஆசைகளால் தம்மை நிரப்பிக்கொண்ட மனிதர்களால் நெரிசல் கண்டிருக்கின்றன இடைநிலைப் பத்திரிகைகள்.

சிறு பத்திரிகைகளில் புனைகளம், புதிய எழுத்து, தக்கை, பாலி, சுகன், எனக்குப் பிடித்தவை. நடுநிலைப் பத்திரிகைகளில் உயிர் எழுத்து, தீராநதி, உயிர்மை, சில சமயங்களில் புதிய பார்வை வாசிக்கிறேன்.

இடைநிலை இதழ்களில் சாதிய அரசியல் இருக்கிறதா?

இருக்கிறது. திருடர்களில், ஆதாரங்களை விட்டுப் போகாத சாட்சியங்களை அகப்பட வைக்காத விஞ்ஞானமயத் திருடர்கள் இருக்கிறார்கள். அது மாதிரியான சில பத்திரிகை ஆசிரியர்கள் இங்கும் இருக்கிறார்கள். உளுந்தில், மிளகில் சிறு மண் உருண்டைகள் கலந்து விற்கிற வியாபாரிகள் இருக்கிறார்கள் தானே, இவர்களைப் பிடித்து விடலாம். இலக்கியத்தில் நுண்கலைத் திருடர்களை, உணர முடிகிறது. எப்போதாவதுதான் அவர்கள் சிக்குகிறார்கள். கால நீட்சியில் எல்லாத் திருடர்களும் ஒருநாள் அகப்படுவார்கள்.

பாலியல் விஷயத்தில் இன்றும் மூடுண்ட தமிழ்ச் சமுதாயத்தில், ஊடகங்கள் சித்திரிக்கும் சுதந்தரமான ஆண் பெண் உறவு முரண்பாடாக இருக்கிறதே?

பாலியல் விஷயத்தில் மூடுண்ட சமுதாயமாக இருப்பதால்தான், ஆண் பெண் புணர்ச்சி சிற்பங்கள், ஓவியங்கள், கொக்கோகச் சாத்திரங்கள் உருவாக்கப்பட்டிருக்கின்றன. ஒரு திறப்புக்கான சாத்தியங்களை மதங்கள், அவை ஏற்படுத்திய குற்றவுணர்வுகள் அழித்துவிட்டன. குறைந்தபட்சம், ஊடகங்கள் ஒரு திறப்பைச் சாத்தியப்படுத்தினால் அது வரவேற்கப்பட வேண்டும். ஆனால், அவற்றின் நோக்கங்கள் முக்கியம். மருத்துவச் சிறப்பிதழ் வெளியிடும் பத்திரிகைகள் பெண்களுக்கான மார்புப் புற்றுநோய்க்கு மிகுந்த முக்கியம் கொடுக்கிறதுக்கு என்ன காரணமோ, அந்தக் காரணம், மூடிய கதவைத் திறப்பதற்கான காரணமாக இருக்கக்கூடாது. புற்றுநோய் உடம்பின் வேறுபகுதியில் வரக்கூடாதா என்ன?

பாலியல் ஈடுபாட்டில் கட்டுப்பாடுகள் இன்னும் தேவை என்பதை இளைய தலைமுறையினர் புறக்கணித்துக் கொண்டிருக்கின்றனர். ஆனால், பால் வேட்கையையும், திருமணத்தையும் குழப்பிக்கொள்ளும் சூழலில், பெண்ணுக்குக் கடைசிப் புகலிடம் திருமணம் என்ற வரையறை ஏற்புடையதுதானா?

பால் வேட்கையும் திருமணமும் வேறுவேறானவை. பால் வேட்கை இயற்கை. திருமணம், ஒரு நிறுவனச் செயற்கை. அதனால்தான் முதல் இரவு' என்ற வார்த்தையே எனக்கு அருவருப்பாக, இருக்கிறது. இயல்பான வேட்கையைப் புரிந்து கொண்டு அதற்கு அனுசரணையான சூழல் ஏற்படுத்தப்பட வேண்டும். அப்போதுதான் ஆண் - பெண் உறவு ஆரோக்கியமாக இருக்கும். திருமணத்துக்கு முந்தைய உறவு கண்டிக்கப்படுவது மூடத்தனம் என்பதே என் கருத்து. உறவுகள் எதையும் எடுத்துப் போகாது. மாறாக புது அனுபவத்தால் மனிதர்களை நிரப்பும். திருமணம், ஒரு நிர்ப்பந்தமாக இல்லாத சமுதாயமே ஆரோக்யம். குற்றங்கள், மனப்பிறழ்வுகள் முதலான பல பிரச்சினைகள், இந்தக் கட்டுப்பாடுகளால் நிகழ்வன. பெண்ணும் ஆணுமான இரண்டு தனிமனிதர்களை ஒரு கூரையின்கீழே வாழ நிர்ப்பந்தப்படுத்து வது, ஒரு வன்முறை. இயல்பில், மனிதப் படைப்பு கட்டுகளுக்கும், ஒழுக்க விதிகளுக்கும் எதிரானவை. பூ மலர்வதுபோல இயல்பான பெண் ஆண் மலர்ச்சிக்கு கட்டுப்பாடுகள் மிகப்பெரிய தீங்கு செய்பவை.

பல்வேறு விருதுகள், வெளிநாட்டுப் பயணம் என்றபோதிலும், பொருளாதாரரீ தியில் உங்கள் நிலை மேம்பாடு அடையவில்லையே? எழுத்தையே நம்பியதால்தான் இந்த நிலை என்று நினைக்கிறீர்களா?

அதுவும் ஒரு காரணம். எழுத்து என்கிற காரியத்தை 30 சதமாகவும், அதைச் சந்தைப்படுத்தலை 70 சதமாகவும் என்னை விநியோகித்தலை நான் வெறுக்கிறேன். என்னால் வெறுத்து ஒதுக்கப்படுபவர்கள், அதிகார மையங்களில் இடம்பெற்று வாய்ப்பு கிடைத்தபோது எனக்கு எதிராகத் திரும்பினார்கள். திட்டமிடுதலை ஒரு கலையாகப் பயின்றவர்களே இங்கு வெற்றி பெறுகிறார்கள். சந்திக்கும் நபரின் சக்தி அடுத்த சில ஆண்டுகளில் அவர்கள் தனக்கு எப்படிப் பயன்படுவார்கள், எப்படி அவர்களைத் தக்கவைத்துக்கொள்வது என்பன போன்ற கணக்கு வழக்குகளை மிகநுட்பமாக செயல்படுத்தும் சாமர்த்தியம் எனக்கில்லை நான் மன்னர்களோடு சூதாடுகிறேன். வீடு, மனை, மாடு சுற்றப் அனைத்தையும் வைத்து சூதாடித் தோற்கிறேன். மன்னர்கள் எப்போதும் இழப்புக்குள்ளாவது இல்லை. இருக்கும் இடம் தேடி என் பசிக்கே அன்னம் உருக்கமுடன் கொண்டு வந்தால்தான் உன்பேன் என்று பிடிவாதமாக இருக்கிறேன். என் பேதமை, என் கோபம், என் அகங்காரம், என் ஆணவம் ஆகியவற்றை மகிழ்ச்சியோடு கட்டிக்காக்கிறேன்.

நான் இப்படித்தான் இருப்பேன். இதுவே நான். எதை விற்று எதை வாங்குவது என்பதுதான் பிரச்சினை பலரால் சுலபமாக விற்றுக்கொள்ள முடிகிறது. என்னால் ஆகாது. இப்படியே இருந்து விட்டுப் போகலாம் என்று இருக்கிறேன்.

உங்கள் எழுத்தைத் தொடர்ந்து வாசித்தவன் என்றநிலையில் கேட்கிறேன். எவ்வளவு கஷ்டத்திலும் நம்பிக்கையின் கீற்று ஒளிர பெரும்பாலான கதைகளில் எழுதுவது எப்படி சாத்தியப்படுகிறது?

காலம், வெளி இந்த இரண்டில்தான் நம்பிக்கைகொள்ள வேண்டி யிருக்கிறது. எல்லாம் மாறும். பாரதி புதுமைப்பித்தன், ப.சிங்காரம் போன்றோர் வாழ்ந்த சூழ்நிலைகள் இன்று மாறி இருக்கின்றன அல்லவா கொஞ்சமேனும், நிகழ்வுகளை எதுவும் தடுத்துநிறுத்த முடியாது நேற்றைவிடவும் இன்று நன்றாகத்தான் இருக்கிறது இருக்கும் என்று எனக்கு நம்பிக்கை ஏற்படுகிறது ஜெர்மனியில்கூட இட்லர் இப்போது மதிப்புக்குரியவனாக இல்லை, சிலை சிதைக்கப்பட்டாலும் லெனின் பக்கம் உலகத்தின் கவனம் திரும்பத்தான் செய்கிறது. அமெரிக்காவுக்கு மிகப்பெரிய சவாலாக கேஸ்ட்ரோ, சாவேஸ் இருக்கிறார்கள். அறத்தின் சதுக்கத்தில், பூதம் இன்னமும் அற விரோதிகளை புடைத்துத் தின்னக் காத்துக்கொண்டு தான் இருக்கிறது. கொள் என்பவர் முன் கொள்ளேன் என்பவர்கள் இந்த தெருக்களில் நடந்துகொண்ட இருக்கிறார்கள். தேசாந்திரிகள், கையில் காசு இல்லாமலும் இமயம் நோக்கி நடக்கிறார்கள். மானுட குலத்து ஈரம் இன்னும் வற்றிவிடவில்லையே.

'ஒரு ஊரில் ரெண்டு மனிதர்கள்' மூலம் உங்களை அறிந்துள்ளேன். யதார்த்தத்தில் நீங்களும் அப்படியானவர்தான். நல்லதும், கெட்டதுமான அம்சங்களை ஏற்றுக்கொள்ளும் மனநிலை முக்கியமானது. உங்கள் படைப்புகளில் இத்தகைய அம்சமானது பரவலாக உள்ளதுதானே?

கெட்டவை, தப்பானவை, ஒழுங்கீனமானவை, சல்லித்தனமானவை, அபத்தமானவை, அற்பங்கள், நோய்கள், புண்கள் இவற்றில்தான் மனிதர்கள் அடர்ந்து இருக்கிறார்கள். பலவீனங்கள் என்று சொல்லப்படுபவையால் ஆனவனே மனிதன். பலம், இயற்கை அல்ல. பலவீனம், முட்டாள்தனம், அபத்தமே மனிதாம்சங்கள். நாம் மனிதர்களோடுதான் இருக்கமுடியும்.

உங்களுடைய மாஸ்டர் பீஸ் 'மானுடம் வெல்லும்' என்று நினைக்கிறேன்.

அப்படித்தான் சொல்லப்படுகிறது. அதை எழுதியபொழுதில் நான் சந்தோஷமாக இருந்தேன். நான் அதை எழுதினேன் என்பதைக் காட்டிலும், அது என்னை எழுதியது என்பதுதான் உண்மை. சில கதைகளை எழுதியபோதும் இந்த அனுபவம் எனக்குக் கிடைத்தது. எப்போதாவதுதான், எழுதுவதின் இன்பம் அல்லது வலி வாய்க்கிறது.

வெகுசன இதழ்களுக்குத் தொடர்ந்து எழுதவேண்டிய நிர்ப்பந்தம். உங்களுடைய தொடர் கதை ஆக்கத்தினை நீர்த்துப்போகச் செய்துவிட்டது. எனினும், டிசம்பர் மாத உயிர் எழுத்து இதழில் 'பித்தி' என்ற ஒரு செறிவான கதையை

எழுதியிருக்கிறீர்கள். உங்களுடைய பலவீனமும் பலமும் எதுவென அறிந்துள்ள நீங்கள் மொழியைக் கையாளுவது குறித்து என்ன நினைக்கிறீர்கள்?

சொல் ஒரு தனி அர்த்தத்தைக் குறிக்கிறது எனில், மொழி என்பது அர்த்தங்களின் தொடர்ச்சி. ஒரு பொருளை அமைத்தல் என்ற தொழிலை மொழி செய்கிறது. எல்லா சொல்லும் பொருளை உணர்த்தும் என்பது இலக்கணக் கொள்கை. ஒரு சொல் உருவாக எடுத்துக்கொள்ளும் காலம் வரலாற்றில் மிக நீண்டது. உதாரணமாக, நீர் என்று வானத்தில் இருந்து விழுந்த ஒன்றை, அது குளமாகவும், ஆறாகவும், கடலாகவும் விரிந்த ஒன்றைக் குறிப்பிட பல்லாயிரக்கணக்கான ஆண்டுகளுக்குமுன்னர் ஒருவர் பெயர் வைத்திருக்கிறார். ஒரு குழு, அதை ஆதரித்து, அதையே அதுக்குப் பெயர் என்று ஏற்று வழங்கி வந்திருக்கிறது. நல்ல மனிதன் என்று ஒருவரை, அவரது அருள், அன்பு, ஈகை, உதவி ஆகியவற்றைக் கருதி ஈரம் உள்ளவர் என்றும், ஈர நெஞ்சினர் என்றும் அழைக்கலாயினர். அந்த நீர் எனும் சொல்லே, அர்த்தத்தால் விரிவடைந்து, இளகிய நெஞ்சிரைக் குறிக்க ஈரம் என்றாகிறது. நீர் என்ற சொல் உருவான காலத்துக்கும், ஈர நெஞ் சினர் என்ற உருவகம் தோன்றுகிற காலத்துக்கும் உள்ள கால நீட்சி பல ஆயிரம் ஆண்டுகள். தட்பவெப்ப, பூகோளக் காரணங்களின் அமைப்பைக்கொண்டு சொற்களும் மொழியும் உருவாகின்றன. ‘பட்ட இடமெல்லாம் தண்ணென்று’ தமிழ்க்கவி உணர்வதற்கும் சூடான வரவேற்பு’ என்று குளிர்நாட்டுக்காரன் நினைத்து மகிழ்வதற்கும் பூகோள காரணங்கள் இருக்கின்றன. மனிதகுலப் பரவலில் மொழி பெரிய பங்காற்றி இருக்கிறது. ஒரு சொல், ஒரு அர்த்தம், பல அர்த்தம் என்று மொழி விரிவடைகிறது. தொடக்கத்தில் மொழி தட்டையாக, நுட்பம் இல்லாமலும்தான் இருந்திருக்கும். இலக்கியக்காரர்கள் மொழியின்மேல் நுட்பத்தை ஏற்றினார்கள், ‘மின்னல் பொழுதே தூரம்‘ என்ற கவிதை வரியில் அடங்கிய விடுபட்ட நுட்பங்கள், படைப்பாளர் பங்களிப்பு.

சொல்லிய சொற்களைக் கடந்தும் நீண்டும் அர்த்தங்கள் நீட்சி பெறுவதும், சொற்களின் சூன்ய மறைவில் மௌனங்களை உணர்த்துதலும், மௌனத்தை மொழியாக்குவதும், சொல்லாமல் சொல்வதும், ஒன்றைச் சொல்லி வேறொன்றை உணர்த்துவதும் போன்ற அனேக நுட்பங்கள் உருவாக்குவது என்பதெல்லாம் படைப்பாளன் காரியம். மொழி வளர்ச்சி என்பது இதுதான்.

ஆல்பேர் கேமுவின் ‘பிளேக்’, பிளேக் நோயைப் பற்றிய நாவல் அல்ல. ‘கேன்சர் வார்டு’ புற்றுநோய் மருத்துவமனையின் சித்தரிப்பல்ல. மொழி எல்லையை விஸ்தரிப்பது என்பது இதுதான். ஒரே அர்த்தத்துடன் ஒரு சொல், மொழி நீடிப்பது என்பது பெருமைக்குரிய ஒன்றல்ல. காலத்தின் சுவடு பதியாத மொழியும் நிலைபெறாது.

மொழியின் அர்த்தசாத்தியத்தை அகலப்படுத்தல், புதிய அர்த்தங்களைச் சேர்த்தல், மொழிதலில் வகைகளை விரிவாக்கல், புதிய உள்ளுறை உவமங்களை உருவாக்கல் அவசியம். இலக்கியம் அதைச் செய்கிறது. ஏற்கெனவே இருப்பதன் வெயில் படாத மறைவுப் பிரதேசங்களைக் கண்டடைய சிலவேளைகளில் கடுமையாக முயல்கிறேன். 'பிந்தி' அதுமாதிரி உருவாக்கம்தான்.

உங்களுடைய படைப்புகளில் எதைச் சிறந்த முயற்சி எனக் கருதுகிறீர்கள்?

எதையும் சொல்வதற்கில்லை. சில சிறந்தவை என்னிடம் உண்டுதான். அதைக் காலத்துக்கும் வெளிக்கும் விட்டுவிடுவதே சரி.

படைப்பாக்கத்தில் எதிர்காலத் திட்டங்கள் என்ன?

ஒரு நூறாண்டு மனிதனை எழுதத் திட்டம். ஒன்றாம் தேதி தொடங்கி எழுதிக்கொண்டு இருக்கிறேன். இரண்டு உலக யுத்தங்கள், ரஷ்யப் புரட்சி, விடுதலை அடைந்த நாடுகள், ரஷ்யா வீழ்ச்சி, திராவிட இயக்கத் தோற்றம், விளைவுகள், கம்யூனிசங்களின் தோற்றம், காந்தி மற்றும் கோட்சே, மனிதத்தன்மையும் அதன் எதிர்நிலையான இந்துத்வ, பாசிச சக்தியும் என்று விரிகிற சராசரி மனிதர் வாழ்க்கையில் அவை ஏற்படுத்தும் நுண்ணிய விளைவுகள் என்பதாக ஒரு நாவல்

மிகப்பெரிய திட்டங்கள், திட்ட முன்வரைவுகள் என்று எதுவும் எப்போதும் என்னிடம் இல்லை. இழைக்கின்ற விதி முன் ஏக, தருமம் பின் இறங்கிவர நடந்துகொண்டிருப்பதாய் இருக்கிறது வாழ்வு.

அறுபது ஆண்டுக்கால வாழ்க்கையில் சலிப்பு ஏற்படுகிறதா? 'பார்க்க எதுவுமில்லை என்றால் விளக்கை அணைக்கவேண்டியதுதானே' என்ற டால்ஸ்டாய் பற்றி என்ன நினைக்கிறீர்கள்?

அடிக்கடி விரக்தி சூழ்கிறதுதான். விளக்கு அணைப்பது என்பதல்ல, ஏற்ற வேண்டுமா என்று யோசிக்க வைக்கிறது. மாலை இருண்டு, அந்த இருட்டிலேயே பல சமயங்கள் உட்கார்ந்திருக்கிறேன். அவ்வப்போது படிக்கக் கிடைக்கிற நல்ல புத்தகங்கள், பார்க்கக் கிடைக்கும் உலக சினிமாக்கள், நல்ல ஆண் மற்றும் பெண் நண்பர்கள்.

எப்போது குடித்தாலும் ரசிக்கமுடிகிற நல்ல தரமான விஸ்கி, நல்ல ஓட்டங்களில் கிடைக்கிற தரமான ஸ்ட்ராங் மற்றும் சர்க்கரை இல்லாத காபி மற்றும் உணவுகள், அழகிய, சௌகர்யமான ஆடைகள், பேனாக்கள், வீட்டின் முன்புறச் செடியில் வைக்கும் அரும்புகள், பயணங்கள், நிலக்காட்சிகள், எல்லாம் உயிரைத் தக்கவைக்கின்றன. டால்ஸ்டாயின் கோப்பைத் தேநீர் தீர்ந்துவிட்டது. எனக்கு இன்னும் தீரவில்லை. என் ஒரு வயது பேத்தி நிலா வளர வளரப் பார்க்க வேண்டும். அதுவரை சாவை ஒத்திப்போட ஆசையாக இருக்கிறது. எங்கிருந்தோ காலத்தின் சிரிப்பு விட்டுவிட்டுக் கேட்கிறது. என்ன பண்ண? என் வீட்டின் சாவி அதனிடம் இருக்கிறது.

உங்களுக்கு மதம், கடவுள் போன்றவற்றில் நம்பிக்கை இல்லை எனக்குத் தெரியும். ஆற்று நீராக ஓடிக்கொண்டிருக்கும் உங்கள் வாழ்க்கையில் முடிவெங்கே என்று யோசிக்கிறீர்களா?

எப்போது குழந்தைகளிடம் எனக்கு வெறுப்பு வருகிறதோ, எப்போது மனிதர்களைப் பார்க்க கசக்கிறதோ, எப்போது காலைவேளைகள் சுவாரஸ்யம் அற்றுப்போகிறதோ, எப்போது நல்ல இசை எனக்கு எரிச்சல் தருகிறதோ, எப்போது உலகம் கெட்டுவிட்டது என்று நோய்க்கூறாகச் சிந்தனை தோன்றுகிறதோ, அப்போது எனக்கு மரணம் நெருங்குகிறது என்று பொருள்.

இன்னும் சாதிக்கவேண்டுமென்ற மனத்துடன் படைப்பு முயற்சியில் தொடர்ந்து ஈடுபடும் படைப்பாளருக்கு காலமும் அகாலமும் ஒரு பொருட்டல்ல, அவனும் ஒரு கடவுள்தானே என்று சொல்லலாமா?

எந்த எழுத்தாளரும் தான் எழுதியதைப்பற்றி திருப்தி அடையமாட்டார். சாதித்துவிட்டதாகவும் நினைக்கமாட்டார். சொல்லப்போனால் எழுதியதை மறந்துவிட்டு, புதுசாக தேடிக் கொண்டிருக்கும் மனோநிலை மிகவும் முக்கியம். எப்போதும் குறையை, அவஸ்தையை, நிம்மதி இன்மையுடன் அலைபவரே நல்ல எழுத்தாளர். காலம் கடந்தவர் என்ற பொருளில் அவரைக் கடவுள் என்றழைத்தல் தவறாக இருக்கிறது.

இளம்தலைமுறையில் வாசகர்களாவும் படைப்பாளியாகவும் உருவாகிக் கொண்டிருக்கும் இளைய தலைமுறையினருக்குச் சொல்ல எதுவுமிருக்கிறதா?

முந்தையரை உள்வாங்கித்தான் நான் வந்தேன். என்னையும் உள்வாங்கித்தான் அடுத்த தலைமுறை வருகிறது. தனியாகச் சொல்ல எதுவும் இல்லை. அவர்கள் திறமைசாலிகள்.

உங்களுக்குள் படைப்பு மனநிலை உருவாக்கிய ஆளுமைகள் பற்றி சொல்லுங்கள்?

எழுத்து கால கூலகக் கவிஞர்கள்பால் ஈர்க்கப்பட்டிருக்கிறேன். ஒரு மனிதன் என்றவகையிலும் கவி என்ற வகையிலும் ஆத்மாநாமை எனக்கு மிகவும் பிடிக்கும். என் முதல் தொகுதியின், முதல் பிரதியைக் கிரியா அலுவலகத்தில் வைத்து அவருக்குத்தான் தந்தேன். தந்தத்தால் செய்யப்பட்ட சிகரெட் பொருத்தியை அவர் அன்பளிப்புச் செய்தார். தஞ்சை பிரகாஷ், தி.ஜானகிராமன், கரந்தைப் பொய்க்கால் நாட்டியக்காரிகள், ஐயன் கடைத்தெருவில் இரவெல்லாம் நடந்த பெரும் பாடகர்களின் கச்சேரிகள், எம்.வி.வெங்கட்ராம், திருவிழா நாடகங்களில் 1965-1975 காலப் பகுதியில் நடித்த நடிகை ஜோதி எல்லாரும் என்னை உருவாக்கினார்கள். மொழி ஆக்கங்களில் வந்த அனைத்து உலக இலக்கியங்களில் நான் படிக்காதது அனேகமாக எதுவும் இல்லை.

புதுச்சேரி பண்பாட்டு, அரசியல் சூழல் 'பிரபஞ்சன்' என்ற கலைஞனின் உருவாக்கத்தில் நிகழ்த்திய வினைகள் யாவை?

புதுச்சேரி பிரெஞ்சு அரசிடம் சாதிய உணர்வுகள் இல்லை. மக்களிடம் இருந்தது. மேலிருந்துகீழ் நோக்கிய சாதிப்படி முறைகள் அரசுகளில் அன்று இல்லை. பிரான்ஸ் தேசத்து, பாரீஸ் நகரின் தெருக்களைப் போன்றவை எங்கள் ஊர்த் தெருக்கள். அழகிய கடற்கரை. நிறைய சிட்டுக்குருவிகள், காடை, கவுதாரிகள், மைனா, மரங்கொத்திகள், நிறைய மரங்கள், பூங்காக்கள் எங்கு பார்த்தாலும் தோட்டம் துரவுபோல இருந்தது என் சிறுவயதுப் புதுச்சேரி. ரோமன் ரோலந்து பெயரில் இயங்கும் அரசு நூலகம் ஒரு புத்தகச் சுரங்கம். நிறைய தமிழ் உணர்வாளர்கள், புலவர்கள் நிறைந்த நகரம். மாதத்தில் பத்துப் புத்தகம் வெளியிடும் அளவுக்கு எழுத்தாளர்கள். நகரத்து வசதிகளுடன்கூடிய கிராமம் அது. இளமையில் எங்களுடையது மிக வசதியான குடும்பம். அது நசித்து வருவதைக் கண்கூடாகப் பார்த்த அனுபவம், குடும்பத்துக்கு எந்தவகையிலும் உதவமுடியாத என் கையாலாகாதத்தனம், எல்லா துன்பங்களையும் மனசுக்குள் பூட்டி வைத்துக்கொண்டு, முகம் மாறாத புன்னகையோடு செத்துப்போன என் தந்தை, கள்ளும் சாராயமும் சங்க காலம் தொடங்கி இடையறாது பெருக் கெடுத்து ஓடிய வளம், என் இளமைக்காலத்துச் சில சினேகிதர்கள், பல சினேகிதிகள், எங்கள் ஊரின் இனிய, எப்போதும் நிலவிய இளம் தென்றல் காற்று, கள் போதையில் எப்போதும் தவித்தபடி பறக்கும் ஈக்கள், மக்கள் தலைவர் சுப்பையாவின் தலைமையில் சுதந்திரப் போராட்டத்தில் முன்நின்றும் தொடர்ந்து அடர்த்தியுடன் வளர்ந்த கம்யூனிச இயக்கம், எல்லாம் என் புதுச்சேரி எனக்குத் தந்தவை.

உங்களுடைய தந்தையார் அல்லது நெருங்கிய உறவினர்களின் ஆளுமைகளும் தொடர்புகளும் உங்களுக்குள் படிந்து படைப்பாக்க மனநிலைக்குத் தளம் அமைத்தது எப்படி?

பள்ளி, கல்லூரிகளால் கொடுக்கப்படாதவர் என் தந்தை. 13, 14 வயது தொடங்கி என் பிறந்த நாள்களில் அவர் தந்த புத்தகப் பரிசுகள், என் ஆறாம் வகுப்பில் என்னை நூலகத்தில் சேர்த்துவிட்ட அவரது ஆர்வம் என்னை நான் உருவாக்கிக்கொள்ள பெருந்துணை புரிந்தவை. என் அப்பாதான் என் ஆதர்சம். இறக்கும்வரை, என் வேலை, சம்பளம் எதைப்பற்றியும் என்னை அவர் கேட்டதே இல்லை. என் குடும்பம் அவர் உதவியில்தான் வாழ்ந்தது. அரசியலில் வாய்ப்புகள், சந்தர்ப்பங்கள் பல அவருக்குச் சாதகமாக அமைந்தாலும், அவற்றில் தன் நலத்தின் பொருட்டுப் பயன்படுத்திக்கொண்டதே இல்லை. தமிழ் படிக்கப்போகிறேன் என்றதும் சரி என்றார். இன்று போட்ட சட்டையை மறுநாள் நான் போடக்கூடாது. அவரே என்

அறைக்குவந்து சட்டை, பேண்ட்டுகளை எடுத்துப்போய் துவைத்து, பெட்டி போட்டு அலமாரியில் அடுக்கியும் வைப்பார். மலிவான நீலச் சோப்பு போட்டு, திட்டுத்திட்டாய் நீலமான ஒரு கதர்ச்சட்டையில், பத்துப் பனிரெண்டு தையலுடன் கடைசி நாட்களைக் கழித்தார். கோவை ஞானி என் அப்பாவைப் பார்த்து, என்னைப் பார்த்துச் சிலாகித்துச் சொன்ன சொற்களை வருகிறவர் போகிறவர்களிடம் எல்லாம் பேசிக்கொண்டிருந்தார்.

படைப்பாளியாக தாங்கள் உருவெடுத்தது தற்செயலானதுதானா? அல்லது இடைவிடாத முயற்சி, கடும் உழைப்பு, அயராத வாசிப்பு போன்றவற்றுக்குத் தங்கள் ஆளுமை உருவாக்கத்தில் பங்கு உண்டா?

குடும்பச் சூழ்நிலைதான் காரணமாக அமைந்தது. வசதியான வீட்டுப்பிள்ளை, தெருப்பிள்ளைகளுடன் விளையாடிக் கெட்டுப் போய்விடக்கூடாது என்று விளையாட்டுகளில் இருந்து நான் அப்புறப்படுத்தப்பட்டேன். ஆறாம் வகுப்பில் நூலகம் போனேன். நிறைய படித்தேன். எழுதுவது சந்தோஷமாக இருந்தது நன்றாக எழுத வந்தது. இடையறாத உழைப்பு, வாசிப்பு, கடினமான முயற்சி எல்லாம் சேர்ந்துதான் எழுத்தாளனாக்கியது என்னை. நான் எழுத்தை நேசிக்கிறேன், எழுத்தாளனாக வாழ்வதில் உள்ள சந்தோஷம் எனக்கு உண்டு. தொடர்ந்து படைப்புகளோடு, இளம்தலைமுறையினர் எழுத்துகளோடு பரிச்சயமும், ஈடுபாடும் இருப்பதால் பின்தங்கிப் போய்விடாமல் என்னால் இருக்கமுடிகிறது.

தங்கள் துணைவியார், குழந்தைகள் உங்களுடைய எழுத்து முயற்சிகளைப் பற்றி என்ன நினைக்கிறார்கள்? குடும்பத்துடன் செலவாகவேண்டிய பெரும்பான்மையான நேரம், இலக்கியப் பணியில் செலவழிந்தது குறித்துத் தங்களுக்கு வருத்தமுண்டா? இதுபற்றி உங்கள் குடும்பத்தினர் என்ன கருதுகின்றனர்?

மற்றவர்கள் என்னைப் பாராட்டும்போது, என் குழந்தைகள் பெருமைப்படுகிறார்கள். ஆனால், என் குடும்பத்துக்கு நான் நியாயம் தரவில்லை. அடிப்படைத் தேவைகளைக்கூட அவர்களுக்கு நான் செய்து தரவில்லை. ஒருகாலத்தில் எதிர்பார்த்தார்கள். இப்போது இல்லாமையைப் பழகிக் கொண்டார்கள். நான் என் தொழிலை நேசிக்கிறேன். இந்த என் வாழ்க்கையில், இப்படி இருக்கிறதுக்காக நான் வருந்தவில்லை. இப்படியாக நான் செதுக்கப்பட்டிருக்கிறேன். அவ்வளவுதான்.

புத்தகம் பேசுது, ஜனவரி 2008

பிரபஞ்சன்
எனும் படைப்பாளி

நவீனத் தமிழிலக்கியத்தில் கடந்த ஐம்பதாண்டுகளாக எழுதிவரும் பிரபஞ்சன் தனித்துவமான ஆளுமையாளர். வெகுஜனப் பண்பாடு என்றாலே கீழானது என்று விமர்சனமற்று ஒதுக்கித்தள்ளும் தீவிரமான இலக்கியவாதிகளிடையே, பிரபஞ்சன் தனக்கான புதிய பாதையை வகுத்துக்கொண்டவர். வெகுஜன இதழ்களில் எழுதினாலும் தனது அடையாளத்தை எழுத்தின்வழியே சில முன்உதாரணமான நாவல்களாலும் பல சிறந்த சிறுகதைகளாலும் இனிமையும் அறிவுச்செறிவும்கொண்ட கட்டுரைகளாலும் தக்கவைத்துக்கொண்ட பிரபஞ்சன் சமூக விஷயங்களில் ஈடுபாடுமிக்கவர். எந்தவொரு பிரச்சினையிலும் ஒடுக்கப்பட்டவர்கள் சார்பாகக் குரல் கொடுக்கும் பிரபஞ்சன், இன்றளவும் பொருளாதாரரீதியில் வளமற்று உள்ளார். எழுதுவதை மட்டுமே நம்பி வாழ்ந்து வரும் பிரபஞ்சன் எதிர்கொண்டிருக்கும் கஷ்டங்கள் ஏராளம். ஆனால் அவை எல்லாவற்றையும் உள்வாங்கி ஒதுக்கிவிட்டுத் தன்னை நாடிவந்து பேசும் இருபது வயது இளைஞன் / இளைஞிடன் உற்சாகமாக சொல்லாடலைத் தொடங்குகிறார். எப்போதும் நகைச்சுவையாகப் பேசுவதுடன், பிறர் பேசும் கேலிப் பேச்சுகளையும் ரசிக்கத் தெரிந்த பிரபஞ்சன், அடிப்படையில் கொண்டாட்டமானவர். பிரபஞ்சனின் ஐம்பதாண்டுக்கால எழுத்து வாழ்க்கையைப் போற்றும்வகையில் நேர்காணல் பதிவு செய்துள்ளேன். அவருடைய வெளிப்படையான பேச்சுகள், மீண்டும் மறுபேச்சுகளை உருவாக்கக்கூடியன.

கள் விற்கும் குடும்பப் பின்புலத்திலிருந்து வந்த உங்களுக்கு, இலக்கிய ஈடுபாடு ஏற்பட்ட சூழல் முக்கியமானது. அச்சூழல் பற்றி சொல்லவியலுமா?

கள்ளின் வாசனையோடுதான் நான் பிறந்து வளர்ந்தேன். கள்மரம் கட்டுவது, கள் விற்பது எங்கள் குலத்தொழில். எங்கள் வீட்டில் ஈக்கள் உண்டு. ஊர் ஈக்களுக்கும் எங்கள் வீட்டு ஈக்களுக்கும் வித்தியாசம் உண்டு. எங்கள் வீட்டு ஈக்கள் கள்ளுண்ட மயக்கத்துடன் தள்ளாட்டத்துடன் பறக்கும். வீடு, மூன்று வாசனைகளால் நிறைந்திருந்தது. ஒன்று, புழுக்கின நெல் நீண்ட கூடத்தில் காய்ந்தபடி இருக்கும். இரண்டாவது வாசனைகள். வீட்டிலேயே சிலகாலம் கள் வியாபாரம் நடந்தது. தோட்டத்தில் கள் பானை வைத்துக்கொண்டு வீட்டுப் பெண்கள் விற்பார்கள். மூன்றாவது, மசாலா வாசனை. கள், சாராயக் கடைகளுக்கு (சொந்தக் கடைகள்) உணவுப்பொருள் வீட்டில் ஆக்கப்பட்டு கடைகளுக்குச் செல்லும். அப்போதெல்லாம் (1940-1950) சால்னா கடைகள் ஏலம் விடப்படுவதில்லை. கல்வி வாசனை எங்கள் குலவழக்கத்தில் இல்லை. கல்வி தேவைப்படவில்லை என்பதுதான் காரணம். வாழ்க்கைக்குத் தேவையான சொற்களை சமூகம் கற்றுத் தருமே. தேவைப்படும் கணக்கும் மனிதர்களே கற்றுக் கொடுப்பார்கள். பள்ளிக்கூடப் படிப்பு அரசாங்கத்தில் உத்தியோகம் வகிக்க என்பதும், உத்தியோகம் சம்பாதிக்கத்தானே, சம்பாத்தியம்தான் தென்னை மரம் தருகிறதே. அப்புறம் என்னத்துக்கு என்ன ‘மயிருக்கு’ப் படிக்கிறது என்பதும் எங்கள் குலத்தின் அசைக்கமுடியாத தத்துவஞானமாக இருந்தது. ஆறு, ஏழு வயது வரைக்கும் நான் பள்ளிக்கூடம் போகவில்லை. என் தாய்வழித் தாத்தா அந்தக் காலத்தில் (1900-1910) அரசாங்கக் கர்ணமாக உத்தியோகம் வகித்தவர். விருத்தாசலத்தில் வாழ்ந்தவர். அவர் என்னை அழைத்துப்போய் திண்ணைப் பள்ளிக்கூடத்தில் சேர்த்தார். கடல்மணல் பரப்பி, விரலால் ‘ஹரி நமோத்து சிந்தம்‘ என்ற சொல்லி அட்சராப்பியாசம் பண்ணிவைத்தார் தாத்தா பக்கிரிசாமிப் பிள்ளை. பிள்ளைப் பட்டம் கௌரவம் சார்ந்ததுதான். கிராமணி என்று போட்டுக்கொள்வது அவருக்கு இழுக்கானதாகப்பட்டிருக்கிறது அந்த நாளில். ஆனால் ம.பொ.சி.யின் வெற்றிக்கு மகிழ்ந்தும் தோல்விக்கு வருந்தியும் அவர் பேசியது எனக்குத் தெரியும். அவர் அரசாங்க உத்தியோகம் பார்த்ததைக் கட்டிலும் ஜாதகம் பார்த்ததும், எழுதியதும் அதிகம். தன் தோளின் மேலிருந்த அந்தக் கலையை அல்லது வித்தயை என்மேல் இறக்கிவைத்துப் போகவேணும் என்கிற அவர் ஆசை கடைசிவரை நிறைவேறவில்லை. எனக்கும் ஜாதகம் எழுதியிருக்கிறார். ஒரு இருநூறு பக்க பச்சை அட்டை போட்ட பவுண்ட் நோட்டில் எழுதி வைத்திருக்கிறார். இப்போதும் அது என்னிடம் இருக்கிறது. என் ஆயுள் எண்பத்து இரண்டுவரை நீள்கிறது அவருடைய புனைவில். என்னுடைய முப்பதாவது வயதுக்குள் நான் உலகப்புகழ் பெற்று எட்டுத் திசையும் ஜாஜ்வல்யமாக ஒரு

அரசகுமாரன் போல வாழ்வேன் என்றும், உலக நாடுகளை எல்லாம் என் நாற்பது வயதுக்குள் நான் சுற்றிவந்து 'எட்டுக் கண்ணும் விட்டெறிய' வாழ்வேன் என்பதாகவும் அவர் ஆசையை அங்காரகன், கேது, ராகு மேல் ஏற்றிப் புனைந்திருக்கிறார். அதில் எதுவும் நடக்கவில்லை. அதுவல்ல விஷயம். அவரிடம் ஒரு அருமையான நூலகம் இருந்தது. தேக்கமரத்தால் ஆன, மிக அகலமும் நிறைய தட்டுக்களும்கொண்ட அலமாரி இருந்தது. அது முழுக்கப் புத்தகங்களாக இருந்தது. வேங்கட ரமணி, சங்கர் ராம், வடுவூர் துரைசாமி ஐயங்கார், கோதைநாயகி அம்மாள் என்று ஏராளமான புத்தகங்கள். திகம்பர சாமியார், கருங்குயில் குன்றத்துக் கொலை என்று சில புத்தகங்களின் பெயர்கள் நினைவுக்கு இப்போது வருகிறது, ஆக, புத்தக ருசியை விருத்தாசலத்தில் நான் கண்டடைந்தேன். புத்தகங்கள் சிலரை தம்முடன் பிணைத்துப் பிறகு கரைத்துக்கொண்டுவிடும். அது ஒருவகையான திறப்பு. புத்தகங்கள் ஆன்மாவுக்குள் ஏற்படுத்தும் மாறுதல்கள், ஒரு தனிவகை ரசாயனம். இங்கு, புதுச்சேரியில், மிகக் கண்டிப்புடன் கட்டுசெட்டாக வளர்க்கப்பட்டேன். தெருப் பையன்களோடு சேர்ந்துபழக விளையாட நான் அனுமதிக்கப்படவில்லை. ஆறாம் வகுப்பிலேயே புதுச்சேரியில் இருக்கும் ரோமன் ரோலந்து நூலகத்தில் என்னை அப்பா சேர்த்து விட்டார். மாலை பள்ளிக்கூடம்விட்டு நூலகத்துக்குப் போய்ப் புத்தகம் எடுத்துக்கொண்டு வீட்டுக்கு வருவேன். இப்படி, நிறையப் புத்தகங்கள் என்னை அடைத்துக்கொண்டன. அவை, வெளியேற வேண்டுமே. ஆகவே, எனக்கு எழுதநேர்ந்தது.

பதின்பருவத்தில் நீங்கள் விரும்பி வாசித்த புத்தகங்கள்பற்றி சொல்லுங்கள்?

எப்படியோ, யார்மூலமோ காண்டேகர் வந்து சேர்ந்தார். காண்டேகர், லட்சியங்களை, தத்துவச் சொல்லாடல்களோடு சொல்லிக்கொண்டு போகிற எழுத்தாளர். ஒரு லேசான கனவுச்சுகம் தரும் எழுத்துப் பாணி அவருடையது. அவர் அப்படி எழுதினாரா, காஸ்ரீஸ்ரீ. அப்படி எழுதினாரா என்பது இன்றுவரை நீடிக்கும் ஒரு புதிர். அதற்குமுன் என் கைகளில் இருந்த மு.வ.வைக் காண்டேகர் தோற்கடித்தார். அப்புறம் அகிலன். அகிலனைத் தோற்கடித்து நா.பார்த்தசாரதி என்னிடம் பெரிய ஆட்சி செலுத்தினார். எட்டு ஒன்பதாம் வகுப்பில் ஜிப்பாவும், வேட்டியுமாக நானே அரவிந்தன் ஆகிவிட்டேன். ஆனால் அரவிந்தன்போல இரவுகளில் வேர்க்கடலையும் பாலும் புசித்துப் பசியாற என்னால் ஆகவில்லை. அரவிந்தன்போலவே ஒரு பூரணியை நானும் தேடி அலைந்தேன். 'காண்பதற்கு என்று இல்லாமல், காணப்படுவதற்கு என்றே அமைந்த அந்தக் கண்களுக்குரியவளை இன்னும் என்னால் சந்திக்க முடியவில்லை. நா.பா.வுக்கும்கூட அவள் கனவுக்கன்னிதானே? அப்புறம் ஜெயகாந்தன் வந்து சேர்ந்தார். 196065க்கும் இடையே புதுச்சேரியிலிருந்து வெளிவந்த 'கலைக்கோயில்' இலக்கியப் பத்திரிகையின்

ஆசிரியர் சித்தார்த்தன் எனக்குப் புதுமைப்பித்தனின் சிறுகதைத் தொகுதியைத் தந்து படிக்கச் சொன்னார். 'அன்று இரவு' என்று நினைக்கிறேன். ஓரத்தில் சிவப்பு வர்ணம் அடித்த புத்தகம். எங்கள் அரசு நூலகத்திலிருந்து எடுத்துவந்து படித்த மாப்பசான், ஜோலா, விக்தோர் ஹூய்கோ போன்றோர் வாசிப்பே என்னை உருவாக்கியது.

புத்தகங்கள் உங்களுக்குள் ஏற்படுத்திய மாற்றங்கள் என்ன?

மிகுந்த கோபக்காரனாக அறியப்பட்டவன் நான். உண்மையும் கூட. எடுத்தெறிந்து பேசுதல், சின்ன பிரச்சினைக்கும் கைநீட்டி விடுதல், சண்டை போடுதல் முதலான 'சண்டியர்' குணாம்சங்கள் என்னிடம் தூக்கலாக இருந்தன. இந்தி எதிர்ப்புப் போராட்டத்தில் மைலம் தபாலாபீஸ், ரயில்வே ஸ்டேஷன்களை அடித்து நொறுக்கியதில் என் பங்கு கணிசம். என் வன்முறைச் சுபாவம் எனக்கே அச்சத்தைத் தந்தது. கல்லூரியில் என் நடத்தைச் சான்றிதழில் 'சிறிது ஒழுக்கம் உள்ளவன்' என்று போடும் அளவில்தான் நான் இருந்தேன். என் சுபாவத்தை மாற்றியமைத்தது இலக்கியமே. என் வாசிப்புதான் இன்றைய நான். சகமனிதரைப் புரிந்துகொள்ளல். 'மற்றமை'யை ஏற்றுக்கொள்ளுதல், எல்லோருக்கும் அவரவர்க்கென்று இருக்கிற நியாயங்களை உணர்ந்துகொள்ளுதல் போன்ற சமூக இசைவுக்கான மனநிலையைப் புத்தகங்களே குறிப்பாக, கதைகளே எனக்குத் தந்தன. குறிப்பாக சங்குத் தேவன் தர்மம். செகாவின் நாடகக்காரி முதலான கதைகள்.

இடதுசாரி மற்றும் ரஷ்ய இலக்கியங்கள் உங்கள் எழுத்தின்மீது செலுத்திய தாக்கம் என்ன?

பிரெஞ்சு எழுத்தாளர் பால்சாக்கை படித்தபின் ரஷ்ய இலக்கியத்துக்கு வந்து சேர்ந்தேன். அந்தக்காலத்து நியூ செஞ்சுரி புக் ஹவுஸ் பெருந்தொண்டு புரிந்திருக்கிறது. அந்தவகையில் டால்ஸ்டாய், டாஸ்டாவ்ஸ்கி, செகாவ், லெர்மந்தோவ், ஷோலகவ், சிங்கிஸ் ஐத்மாத்தவ், கோகல், துர்கனேவ், அலக்சி டால்ஸ்டாய் முதலானவர்களே என்னைக் கதைக்காரன் ஆக்கினார்கள். குறிப்பாக செகாவ். அவருடைய பாதிப்பு எனக்குண்டு. இது எனக்கும் தெரியும் ஆய்வாளர்களும் சொல்லியிருக்கிறார்கள்.

புதுச்சேரி மண் அதாவது, பிரெஞ்சுப் பண்பாடு உங்கள் படைப்பாக்கத்தில் தாக்கத்தை ஏற்படுத்தியதாக நினைக்கிறீர்களா?

பிரான்ஸ் தேசம் சமத்துவம், சகோதரத்துவம், சகவாழ்வு முதலான அரசியல் சமூக தத்துவங்களை உலகுக்குத் தந்தாலும், பிரெஞ்சு ஆட்சியர்கள் இந்தியாவில் அவற்றை அமல் நடத்தவில்லை என்பதே என் புரிதல். அந்த உன்னத தத்துவங்களைப் பிரான்சுக்குள் முடக்கிவிட்டு,

தாங்கள் ஆட்சிசெய்த காலனி நாடுகளில் எதேச்சை அதிகாரமே செய்தார்கள். ஆனால் பிரான்சுக்கும் புதுச்சேரி மக்களுக்கும் ஊடே இருந்த உறவும், பிரெஞ்சு படித்த அறிவாளர்களும், கடந்த நூற்றாண்டுத் தமிழ் ஆசிரியர் பணிசெய்த காலனி காலத்துத் தமிழறிஞர்களும் பாரதிதாசனும் அவர்களில் ஒருவர் - ஒருவகையான பொதுமை உணர்வை மக்களிடம் கொண்டுவந்து சேர்த்தார்கள். பார்ப்பனிய ஆதிக்கம் எங்கள் மாநிலத்தில் குறைவு. சாதி, மதப் பிரச்சினைகள் ஒப்பீட்டளவில் புதுச்சேரியில் குறைவாகவே இருந்தன. மக்கள் இயல்பாகவே அமைதியானவர்கள். ஒரு குடும்பத்தில், கணவன் மனைவியரில் ஒருவர் கிறித்துவராகவும் ஒருவர் இந்துவாகவும் இருப்பது எங்கள் ஊரில் சாதாரணம். என் மூத்த மருமகளே ஒரு கிறித்துவப் பெண். அதோடு, பிரெஞ்சு குடியுரிமை பெற்றவர். தமிழர்களாகப் பிறந்து புதுச்சேரியில் வாழ்ந்து, பிரெஞ்சு பிரஜையாகத் தம்மை மாற்றிக்கொண்ட மக்கள் புதுச்சேரியில் மிகக்கணிசம். இந்தச் சூழல், என் நிலப்பரப்பு, பிரெஞ்சு உணவுப்பழக்கம், வாழ்க்கை முறை, அழகிய கடற்கரை, நகர வசதிகளோடுகூடிய சிறிய கிராமமேயான புதுச்சேரியின் தட்பவெட்பம், எல்லாமும் எனக்கு அனுசரணையாக இருந்தன. எழுதுவதற்கு உகந்த நல்ல காபி, நல்ல மதுவகைகள், அவையும் குறைந்தவிலையில். நல்ல அழகிய 'பார்கள்' எல்லாம் கூடிய பிரதேசம் எங்களுடையது. பாரதிதாசன் பரம்பரை என்று இருநூறு கவிஞர்களாவது எங்கள் ஊரில் இருக்கிறார்கள். தமிழ் உணர்வாளர்கள் அவர்கள். தமிழுக்காகத் தெருவில் இறங்கிப் போராடும் வீரம்கொண்டவர்கள் அவர்கள்.

மகாநதி நாவலில் மட்டுமின்றி, உங்களுடைய பல சிறுகதைகளிலும் உங்கள் தந்தையார்பற்றிய சித்திரம் பதிவாகியுள்ளது. உங்கள் எழுத்தை அவர் எப்படி எதிர்கொண்டார்?

எங்கள் அப்பா, அந்தக் காலத்துக் காங்கிரஸ்காரர். ஆகவே, மிகுந்த யோக்கியமானவர். சுதந்திரத்துக்கு முந்தைய காங்கிரசுக்குச் சம்பந்தம் இல்லாதவர்களும், எதிராக இருந்தவர்களும் பதவிச் சுகங்களை பங்கு போட்டுக்கொண்டபோது, அவர் அமைதியாக மனப்பொங்குதல் இன்றி எதிர்கொண்டார். சவுகரியமாக இருந்தபோது வெளியே தெரியாமல் பலபேருக்கு உதவி செய்திருக்கிறார். பட்டு ஜிப்பாவும் பட்டு வேட்டியும் கட் ஷூவும் என வாழ்ந்தவர். அவர் பிள்ளைகளாகிய நாங்கள் மூவருமே அவர் எதிர்பார்ப்புகளை நசித்துப்போகச் செய்தோம். கிழிந்தவேட்டியை ஊசிகொண்டு தைத்து கடைசிக்காலத்தில் அவர் வாழ்ந்ததைக் கையறுநிலையோடு நான் பார்த்தேன். எந்தக் காலத்திலும் அவர் சலித்துக்கொண்டதில்லை. என் வாழ்வின் பாதிக்காலம் வரை அவர்தான் என் குடும்பத்துக்கு உதவினார். நான் நிச்சயம் பெரியகாரியம் செய்வதாக நம்பினார். கோவை ஞானி

என்னைப்பற்றி புகழ்மொழிகளை அவரிடம் சொன்னபோது அவர் மகிழ்ந்ததை நான் பார்த்தேன். ஒரு மனிதனாக இருப்பது எப்படி என்பதை அவர்தான் எனக்குக் கற்றுக் கொடுத்தார். கதையில் நல்ல மனிதர்கள் பாத்திரங்களை அவரை முன்மாதிரியாகக்கொண்டே நான் எழுதினேன்.

பொதுவாக, தமிழகத்தில் எழுத்து என்பது வீண் வேலை, யதார்த்தத்திற்குத் தொடர்பற்றது என்ற கருத்து நிலவுகிறது. உங்கள் உறவினர்கள் எழுத்தாளராகிய உங்களை எப்படிப் பார்க்கின்றனர்?

உறவினர்கள் மத்தியில் மட்டுமல்ல; குடும்பத்தார் மத்தியிலும்கூட என்னைக் குறித்து ஏளனமும் அலட்சியமும் நீடிக்கவே செய்கின்றன. பௌதிகம் சார்ந்த, எதார்த்தம் சார்ந்த பலன்கள் எழுத்தில் இல்லை என்பது நமக்கு மட்டும்தானே தெரியும்.

அரசு பரிசுகள், சாகித்ய அகாதமி பரிசு போன்றவற்றால், இவன் பொருட்படுத்தப்படத்தக்கவன்தான் என்று நினைக்கிறார்கள். என்றாலும் நாளுக்கு நாள் நசித்துக்கொண்டு வரும் என் குடும்ப நிலையை மறைக்க முடியாதுதானே? சரவணபவனில் காபி சாப்பிடப்போகும்போது, அங்கு வேலைசெய்யும் ஒரு தோழர் ஆச்சரிய முகபாவத்தோடு என்னை வரவேற்கும் தொனியில், நேற்றைய நாளிதழில் வந்த என் போட்டோவோ, தொலைக்காட்சியில் தெரிந்த என் முகமோதான் காரணம் என்பதையும், அந்த வரவேற்பு என் 45 ஆண்டுக்கால எழுத்து வாழ்க்கைக்குத் தரப்பட்டதல்ல என்கிற புரிதலே என்னை இன்னும் திடமாக வைத்திருக்கிறது. பொதுவாகச் சமூகம், நம்மைத் தற்கொலைக்குத் தூண்டிக்கொண்டே இருக்கும். அதற்கு இரையாகிவிடக் கூடாது. நாமே விருப்பப்பட்டுத் தற்கொலை செய்துகொள்ளலாமேதவிர, மாற்றார் மகிழும்வகையில் அவர்களுக்குச் சந்தோஷத்தைத் தந்துவிடக் கூடாது.

உங்களுடைய படைப்புகளில் மூலமாக எது ஆளுமை செலுத்துகிறது?

மனிதப் புரிதல்கள் மீண்டும் மீண்டும் என் கதைகளாக விரிகின்றன. மனிதர்கள் புரிந்துகொள்ளப்பட வேண்டியவர்கள். மனிதர்கள் நேசிப்புக்குத் தகுதியானவர்கள். நூறு சதவீத அயோக்கியர்கள் எவரும் இல்லை என்பதுதான் என் கதைகளின் அடிநாதமாக இருக்கிறது. எல்லாவிதமான கீழ்த்தரமான செயல்களையும் மனிதர்கள்தான் செய்து கொண்டிருக்கிறார்கள். எல்லா உயிரினங்களிலும் இயல்பாக இருக்கும் ஆண், பெண் பாலுறவை புனைவாக்கி, நுகர்பொருளாக மாற்றி வணிகம் செய்யும் மனிதன் கேவலமானவன்தானே. இந்த உலகம் மனிதர்களுக்கு மட்டும் உரியது என்று சகஉயிரினங்களையும் தாவரங்களையும் அழித்தொழிக்கும் மனிதன்மீது மீண்டும் மீண்டும் நம்பிக்கை கொள்வதைத்தவிர வேறுவழியில்லையா?

ந.முருகேசபாண்டியன்

வேறுவழியில்லை. மிருகங்களுக்காக எழுதமுடியாது. அவை படிப்பதில்லை. படிக்கவேண்டிய அவசியமும் அவற்றுக்கில்லை. மிருக, தாவர உலகில் பசிக்காக மட்டுமே வன்முறை நிகழ்கிறது. பாலியல் வன்முறையும்கூட பெரும்பாலான மிருகங்களிடம் இல்லை. ஹிரோஷிமா, மிருகங்களிடம் இல்லை. இலங்கை இனப்படுகொலை அவற்றிடம் இல்லை. எந்த நரியும் காபி குடித்துக்கொண்டு அடுத்த நரியை ஒழிப்பதுபற்றிச் சிந்திப்பது இல்லை. மனிதன், பிராணிகளிலேயே, பேரதிகச் சல்லித்தனம் உள்ளவன் என்பதுபோல, ஜி.நாகராஜன் ஒருமுறை சொன்னார். இவர்கள் மத்தியில்தான் வாழவேண்டி இருக்கிறது. உலகத்தின் முதல் குடியேற்றத்தை மனிதன் செய்யவில்லை. தாவரங்கள், நீர் உயிர்கள், பறவைகள், விலங்குகள் ஆகியவையே உலகின் முதல் உரிமையாளர்கள். அதன்பிறகு வாடகைக்கு வந்தவன் மனிதன். இவன்தான் சக உயிர்களை அழித்து, தன்னையும் அழித்துக்கொள்கிறான். இலக்கியம் அயோக்கியர்களைச் சமூக இசைவுகொண்ட மனிதர்களாக்குவதில்லை. மாறாக, சுமாரான அயோக்கியனை, குறைந்த அளவு அயோக்கியனாக மாற்றும். நீங்களோ, நானோ அரசு அலுவலகங்களுக்குப் போனால், அங்கு இலக்கியம் தெரிந்து ஒரு குமாஸ்தா இருப்பார் என்றால், நூறு ரூபாய் வாங்க வேண்டிய இடத்தில் 75 அல்லது 50 வாங்குவாரே தவிர வாங்காமல் இருக்கமாட்டார். இலக்கியம் மிகவும் பலகீனமான வஸ்து. தமிழ் மொழியைக் காட்டிலும் தருமத்தையும் அறத்தையும், சொல்லும்வேறு மொழி எது? என்ன நன்மை என்ன மாற்றத்தைச் செய்திருக்கிறது, இலக்கியம்? 'தாயை'ப் படித்து ரஷ்யாவில் புரட்சி வரவில்லை. வால்டேர், ரூசோ காரணமாகப் பிரெஞ்சுப் புரட்சி வரவில்லை. 'செம்புலப் பெயல் நீர்' இலக்கியம் நன்கு பதப்படுத்தப்பட்ட நிலத்துக்கு மழை மிகுபயன் தரும். 'நல்லவர்களை' அல்லது பயந்தவர்களை மேலும் நல்லவராக்கும் இலக்கியம்.

இலக்கியப் பிசாசு இப்படிப் பிடித்து ஆட்டுகிறதே என்று நினைப்பதுண்டா?

ஒரு விஷயம் தெரியுமா? எல்லா நோய்க்கும் நோயாளிகள் வாழும் சுற்றுப்புறத்திலேயே மருந்தும் உண்டு என்பார்கள். தமிழர் வாழ்க்கை, ஆப்பிரிக்கர் வாழ்க்கையிலிருந்தே இதைப் புரிந்துகொள்ள முடியும். ஆதிக்க வெள்ளையர்களே, இம்மக்களின் வாழ்க்கை இசைவை கெடுத்துப்போட்டார்கள். இல்லாமையும் தேவைகளும் பிடித்தாட்டுகிறபோது புத்தகங்கள்தான் நான் சரணடையும் இடமாக இருக்கிறது. ஏதாவது நாவலை எடுத்து வைத்துக்கொண்டு அதற்குள் புகுந்துகொள்வேன். எல்லா பிசாசுகளையும் கட்டுப்படுத்துகிற மந்திரம் உண்டுதானே?

தாங்கமுடியாத சலிப்பு / துயரம் அடையும்போது, நாவலை வாசித்தால் மனம் சமநிலை அடைகிறது. அப்படியானால், நாவலின் உலகினுக்கும் மனித மனத்துக்கும் இடையிலான ஒத்திசைவு என்னவாக உள்ளது?

நாவலே, மனிதப் பாடுதானே? நாவலுக்குள் ஒரு மனிதன் அல்லது மனிதர்கள் சார்ந்த சமூகத்தின் ஒரு வாழ்க்கை விசாரணைக்குள்ளாகிறது. அந்த விசாணைக்குள் நம்மை நாம் இணைத்துக்கொண்டு நம்மை 'லகு'வாக்கிக் கொள்கிறோம். நாவல் வாசிப்பில் அந்தப் பாத்திரங்களோடு ஏதோ ஒருவகையில் நாம் நம்மை அடையாளம் காண்கிறோம். நமக்கு ஏற்படும் மிகுதுன்பம் எதனால்? நாம் தவறாகப் புரிந்துகெள்ளப்படும்போது, நாம் ஏமாற்றத்துக்குள்ளாகும்போது, ஆசை நிறைவேறாதபோது, ஒரு மோசமான புறக்கணிப்பின்போது, காட்டிக்கொடுத்தலின்போதுதானே. நான், சிலகாலம், மனம் சலித்த சூழ்நிலையில் மோகமுள்ளை எடுத்துக்கொண்டு வாசிக்கத் தொடங்குவேன். நாவல் முடியும்போது விடிந்துவிடும். பிறகு, கொஞ்ச காலம் அன்னா கரீனா. இப்போதெல்லாம் மகாபாரதம் கும்பகோணம் பதிப்பு. மகாபாரதத்தில், நாம் பல இடங்களில் தட்டுப்படுவோம். வியாசன் நம்மைப்பற்றி எழுதியிருக்கிறார் என்பதுபோலப் படும். நம் எல்லா காயங்களுக்கும் மருந்தை வியாசர் வைத்திருக்கிறார்.

தமிழ்ச் சூழலில் இன்று நீங்கள் அடைந்திருக்கும் இடம் திருப்தியளிக்கிறதா?

பொருட்படுத்தக்கூடிய சிறந்த சிறுகதைகள், நாவல்கள், கட்டுரைகள் எழுதியிருக்கிறேன். மிகச் சாதாரணமான விஷயங்களையும் எழுதியிருக்கிறேன். என் நல்ல படைப்புகளுக்காக எனக்களிக்கப்பட்ட இடம்குறித்து எனக்குத் திருப்தி உண்டு. எனக்கு எந்தப் பிராதும் இல்லை. வாழ்க்கைகுறித்து எந்த அலுப்பும் இல்லை. இன்னும் ஐம்பது ஆண்டுகள் வாழக் கிடைத்தாலும் மகிழ்ச்சியாகவே அதை ஏற்றுக்கொள்வேன்.

இலக்கியச் சூழலில் போலித்தனம் மேலோங்கி ஆளுமையும் அதிகாரமும் செய்யும்போது, உங்களின் 'திருப்தி' குலைந்துபோகாதா? அப்பொழுது என்ன செய்வீர்கள்?

போலித்தனமகூடச் சகித்துக்கொள்ளும்படிதான் இருக்கும். மனிதத்தனம் இல்லாத காரியங்கள் நடக்கும்போது நமக்குச் சமன் குலைகிறது. ஒரு கவிஞனை 'நொண்டி' என்று எழுதும்போதும், ஒரு எழுத்தாளனை 'லூஸ்' என்று கதைக்கும்போதும் கவிதை எழுதும் பெண்கள் இழிவுபடுத்தப்படும்போதும் நான் எதிர்ப்பக்கம் நிலை எடுத்துச் சண்டை போட்டிருக்கிறேன். அவ்வளவுதான் செய்ய முடியும். சண்டைபோடுவதில் ஆகப்பெரிய தீமை, அவர்கள் அவர்களைப்போல் நம்மையும் ஆக்கிவிடுகிறார்கள் என்பதுதான். இவர்களின் நடனங்களைத் தொடர்ந்து பார்க்கும் பார்வையாளனாகவே நான் இருந்துகொள்ள வேண்டியிருக்கிறது. கௌரவ, பாண்டவர் யுத்தத்தில்தானே நிலைப்பாடு எடுக்கலாம்?

உங்களுக்கான வாசகர்களின் பரப்பு பற்றி என்ன நினைக்கிறீர்கள்?

வெறுமனே புகழ்கிறவர்கள் நிறையப்பேர் உண்டு. அவற்றில் எனக்கு எந்தப் போதையும் இல்லை. என்னுடைய நிறைகுறைகளோடு சேர்ந்து என்னை விமர்சிக்கும், என்னிலும் மேம்பட்ட வாசகர்கள் தமிழ் உலகம் முழுக்க எனக்கு இருக்கிறார்கள். எழுத்தாளனைவிடவும் கூரிய விவரம் அறிந்த, ஞானம்கொண்ட பல ஆயிரம்பேர் நம் நிலப்பரப்பில் இருக்கிறதைப் பயணங்களின்போது சந்திக்க நேருகையில் நான் திருத்தப்படுகிறேன், என் மேன்மைகொண்ட வாசகர்களே என்னை வளர்க்கிறார்கள்.

வாசகர்களின் எதிர்வினை மகிழ்ச்சியளிக்கிறதா? ஏதாவது சுவாரசியமான அனுபவத்தை விவரிக்க முடியுமா?

சுவாரசியமான அனுபவம் என்று சொல்லமுடியாத, வலிதரும் அனுபவம் ஒன்றைச் சொல்லலாம். சில ஆண்டுகளுக்குமுன், என்னைச் சந்திக்க ஒரு பெண் வந்திருந்தார். ஆசிரியையாக இருக்கிறார். அவருக்கும் அவர் 'காதல்' கணவருக்கும் இடையே பிரச்சினை. அந்தப் பெண், தன்னுடன் பணியாற்றும் ஆண் ஆசிரியர்களோடு எல்லாம் தொடர்பு வைத்துக்கொண்டிருப்பதாகக் கணவர் கருதுகிறார். அந்த ஆசிரியர்களின் எண்ணிக்கை சுமார் நாற்பதுபேர். தொடக்கத்தில் அந்தப் பெண் வெள்ளையாகச் சில ஆசிரியர்களைத் தன் சினேகிதர்கள் என்று அறிமுகப்படுத்தியிருக்கிறார் தன் கணவனிடம். கணவர், அந்த நட்பைப் பணவரவாக உபயோகப்படுத்தத் திட்டமிட்டிருக்கிறார். நண்பர்கள், சிலரிடம் கடன் வாங்கித்தரச் சொல்லியிருக்கிறார். விவரம் புரியாமல் அந்தப் பெண்ணும் கடன் பெற்றுத் தந்தும் இருக்கிறார். பிறகு விழித்துக்கொண்டார். கணவன் கொடுமைப்படுத்தத் தொடங்கி இருக்கிறார். கொடுமை தாங்காத அந்தப் பெண் தற்கொலை செய்துகொள்ள முடிவெடுத்து இருக்கிறார். அதற்குமுன் தன் சினேகிதியை சந்திக்கச் சென்றிருக்கிறார். விடைபெறத்தான். அப்போது அந்தச் சினேகிதி ஒரு புத்தகத்தைக் கொடுத்துப் படிக்கச் சொல்லியிருக்கிறார். 'நன்றாக இருக்கு, படி' என்பதுதான் புத்தகம் கொடுத்ததன் நோக்கம். தற்கொலை மனநிலையில் இருக்கிறாள் அந்தப் பெண் என்பது இவருக்குத் தெரியாது. இரவு தன் முடிவைச் செயல்படுத்துவது என்ற தீர்மானத்தில், மதியம் அந்தப் புத்தகத்தைப் படிக்கத் தொடங்கி இருக்கிறார் அவர். அது ஒரு பெண்ணைப் பற்றிய கதை. திருமணம் செய்துகொள்ள விரும்பாமல், தனியாக வாழ்ந்து, போராடுகிற பெண் 'சந்தியா' என்பவரைப் பற்றிய கதை. தன் கருத்துகள், கொள்கைகள், விழுமியங்கள் என்பதை முன்வைத்து வாழ்கிற ஒரு தத்துவம் மிக்க பெண்ணின் கதை இது. படித்து முடித்தவர், தற்கொலை முடிவிலிருந்து மீண்டார். கணவனை நேருக்குநேராக எதிர்கொண்டார். வழக்கு போட்டார். மீண்டார். விவாகரத்து பெற்றார். இப்போது மகிழ்ச்சியாக

வாழ்கிறார். ஒரு நல்ல சினேகிதத்துடன் வந்து என்னைச் சந்தித்து எனக்கு நன்றி செலுத்திக்கொண்டார். காரணம், அந்தப் புத்தகம் நான் எழுதியது. தம் குழந்தைகளுக்கு என் பெயரைவைத்த சில பெற்றோர்களை எனக்குத் தெரியும். புதுச்சேரியில் ஒரு தெருவுக்கு என் பெயர் வைக்கப்பட்டிருக்கிறது.

உங்கள்மீது பெரிதும் மதிப்புவைத்திருக்கும் வாசகர்களின் விருப்பத்திற்கேற்ப படைப்பு முயற்சியில் ஈடுபடுவதுண்டா?

வாசகர்கள், என் பிரிய நண்பர்களாக இருப்பவர்கள். பல கருத்துகள், அனுபவங்களைச் சொல்லி எழுதக் கேட்டுக் கொள்வார்கள். என் புழங்குதளம், என் மனோபாவம் இவற்றுக்கேற்ப அவற்றில் ஒன்றிரண்டு விஷயங்களைப் பயன்படுத்தி, எனக்கான கதைகளாக அவற்றினை மாற்றி எழுதியிருக்கிறேன். அவை மிகக்குறைவுதான். எனக்குள் வந்து படிந்தவற்றை நான் படைப்பாக மாற்றப் பெரிதும் முயற்சிக்கிறேன்.

பெரும்பாலும் வெகுசன இதழ்களில் எழுதிப் பிரபலமடைந்துள்ளீர்கள். சிறுபத்திரிகை தளத்தினூடான உங்கள் உறவு எப்படி உள்ளது?

சிறுபத்திரிகைகள் என்று இலக்கியப் பத்திரிகைகளைத்தான் குறிப்பிடுகிறீர்கள் என்று நினைக்கிறேன். சிறுபத்திரிக்கைகள்மேல் மட்டுமே எனக்கு நம்பிக்கையும் மரியாதையும் இருக்கிறது. உண்மையான தமிழ் வளர்ச்சி, பண்பாட்டு வளர்ச்சி எல்லாமும் சிறுபத்திரிகை சார்ந்தே இருப்பதாக நான் அழுத்தமாக உணர்கிறேன். என் தொடக்கம் தாமரை, தீபம், கணையாழி, கண்ணதாசன் என்றுதான் இருந்திருக்கிறது. இப்போது உயிர் எழுத்து, காலச்சுவடு, உயிர்மை, ஆகியவற்றோடு நான் நேசம் மிகுந்த நட்புவைத்திருக்கிறேன். சுதந்திரமாக எழுதும் மனநிலை, திருப்தி ஏற்படும் மட்டும் எழுதமுடிகிற ஆசுவாசம் ஆகியவற்றை இந்தப் பத்திரிகைகளில் எழுதும்போது நான் அனுபவிக்க முடிகிறது. மொழிப் பரிசோதனைகள், எடுத்துரைப்புப் பரிசோதனைகள் போன்ற இலக்கியம் தொடர்பாக எழுதுபவர்கள் செய்யவேண்டியவற்றை இந்தப் பத்திரிகைகளே புரிந்துகொள்கின்றன. அவற்றுக்கு இடம் அளிக்கின்றன. வெகுஜனப் பத்திரிகைகளுக்கு எழுதும்போது, ஒரு எச்சரிக்கை உணர்வு எழுத்துப்போக்கை அனாவசியமாகத் தடுத்துக்கொண்டே இருக்கிறது. இது மிகப்பெரிய சங்கடம். ஆலமரமாகப் படர்ந்து விழுதுவிடும் இயற்கை விகாசத்துக்கும் தொட்டிச்செடியாகச் சிறுக்கும் போன்சாய்க்கும் உள்ள வித்தியாசம் நமக்குப் புரியுமே. ஒரு மொழியின் படைப்பு உக்கிரங்களையும் அவற்றின் வீர்யம் குன்றாமல் வாங்கிக்கொள்ளும் அபூர்வமான வாசகத்தளங்களும் சிறுபத்திரிகைக்கே சாத்தியம் என்று நிச்சயமாக நான் நம்புகிறேன்.

கல்வித்துறை சார்ந்தவர்கள் மத்தியில் உங்களுடைய அங்கீகாரம் எப்படி உள்ளது?

கல்வித்துறை என் பிரபல்யத்தைக் கணக்கில் எடுத்துக்கொண்டு, கதைகள், நாவல்களைப் பாடத்திட்டத்தில் சேர்த்துக்கொண்டுள்ளது. இது பிரபல்யம்தான். புகழ் அல்ல. பிரபல்யமும் என் எழுத்துப் பணிக்காக எனக்குக் கிடைத்ததாகச் சொல்லமுடியாது. என் மேடைப் பேச்சு, தொலைக்காட்சிப் பணிகளுக்காக வந்து சேர்ந்த பிரபல்யமே கல்வித்துறையின் கவனத்தை ஈர்த்திருக்கிறது. இதுவரை சுமார் இருநூறு எம்ஃபில்களும், முப்பது நாற்பது டாக்டர் பட்டங்களும் என் கதைகளை ஆய்வுசெய்து உருவாக்கி இருக்கிறார்கள். எனக்குப் படிக்கக் கிடைத்த பல ஆய்வேடுகள் என்னை வெட்கமடையச் செய்கின்றன. அவ்வளவு பேதமை பொருந்தியவை. அந்த அபத்தங்களைப் பேராசிரியர்களின் பிறவிதோறும் தொடர்ந்துவரும் அறியாமை, கைகுலுக்கிக் கொண்டாடுகிறது. ஒரு விளக்கு பல விளக்குகளை ஏற்றும். ஒரு சூனியம், பல சூனியங்களை உருவாக்கிவிடுவதே நம் தலைமுறை அவலம்.

மூன்று மாதங்களுக்கு ஒருமுறையாவது, நாட்டின் ஏதோ ஒரு மூலையிலிருந்து 'ஐயா... வணக்கம். நான்... பல்கலை மாணவி / மாணவன். உங்கள் கதையான... நான் ஆய்வுக்கு எடுத்து இருக்கிறேன்' என்று தொலைபேசியில் கேட்கும்போதெல்லாம் நான் நடுங்குகிறேன். நடுக்கம், எனக்கு வரப்போகிற தொடர் பிரச்சினைகளால். ' தங்கள் இயற்பெயர் யாது' என்று தொடங்கும் நூறு கேள்விகள்கொண்ட பட்டியலின் முதல் கேள்வியைக் கேட்கும்போதும் சரி, 'சுமதி என்பது யார் ஐயா, அவருக்கும் தங்களுக்கும் என்ன உறவு ஐயா' என்று அந்த ஆய்வாளர் கேட்கும் கேள்வியைக் கடக்கும்போதெல்லாம் நான் சோர்ந்துபோகிறேன்.

தமிழ்ப் பேராசிரியர்களின் இலக்கிய முயற்சிகள் உங்களுக்கு ஏற்புடையனவாக உள்ளனவா?

தமிழகத்துப் பல்கலைக்கழகத்துத் தமிழ்த்துறைகள், தமிழக அரசு மற்றும் தனியார் கல்லூரிகளில் உள்ள தமிழ்த் துறைகள். அத்துறைகளின் பேராசிரியர்களின் எண்ணிக்கைகளைக் கணக்கில் எடுத்துக்கொண்டால், இத்தனைப் பேராசிரியர்களின் தமிழ்ப்புலமை, படைப்புத் திறமைகள் பெரிதாகச் சிலாகிக்கும்படியாக வெளிப்பட்டு விடவில்லை என்றே தோன்றுகிறது. மிகச்சிலரே எழுதுகிறார்கள். எழுதுகிறவர்களில் பலரும் மேம்போக்காகவே, ஆழம் இல்லாத, உலக இலக்கியப் பயிற்சி இல்லாத புத்தகங்களையே தருகிறார்கள். தமிழ் ஆய்விலும், படைப்பிலும் பல்கலை, கல்லூரிக்கு வெளியே இருக்கிறவர்களே. நிறையச் சாதிக்கிறவர்களாக இருக்கிறார்கள். அறுபது, எழுபதுகளில் இருந்த அளவுக்கு மோசம் இப்போது இல்லை. தமிழவன், ராஜ் கவுதமன், பஞ்சாங்கம், பெருமாள் முருகன் முதலான சில ஆரோக்கியமான தமிழ் ஆசிரியர்களை உடனடியாகச் சொல்ல

முடிகிறது என்பதே ஆரோக்கியமான நிலைதான். பேராசிரியர் அரசுவின் மாணவர்கள் பலர் புதிய முயற்சிகளில் ஈடுபட்டிருப்பது கவனிப்புக்குரியது. பாளையங்கோட்டை நாட்டார் ஆய்வு மையம், சிறந்த பணிகளைச் செய்துகொண்டிருக்கிறது. பேராசிரியர் தொ. பரமசிவத்தின் பண்பாட்டு ஆய்வுகள் மரியாதைக்குரியவை. அது போலவே ஆ.சிவசுப்பிரமணியத்தினுடையதும். நாடகம் மற்றும் காட்சி ஊடகங்களில் மு.ராமசாமி, அ.ராமசாமியின் பணிகள் குறிப்பிடத்தக்கவை. ஒரு காலத்துத் தமிழ்ப் பேராசிரியர்களுக்கு இலக்கிய இலக்கணப் புலமையும் ஆராய்ச்சியும் மட்டுமே போதுமானதாக இருந்தன. இப்போது ஆய்வின் தளங்கள் பெருகிவிட்டன. பிராய்டும், யூங்கும் இன்னும் பலரும் ஆய்வரங்குக்கு வந்தபிறகு, சமூக விஞ் ஞானம் தழைத்து வளர்ந்தபிறகு பொருளாதார ஆய்வுகள், சாதி பற்றிய, பெண்ணியம் பற்றிய ஆய்வுகள், நவீனத்துவ, பின்நவீனத்துவக் கருதுகோள்கள் எல்லாம் உலகளவில் பேசப்படும்போது, தமிழ் ஆய்வு மட்டும் பின்தங்கிவிட முடியாது. வானத்தின்கீழ் உள்ள அனைத்தும் தமிழ்மொழிப் பரப்புக்குள் கொண்டுவரப்பட்டு ஆய்வுகள் நிகழ வேண்டும். தொல்காப்பியமும், சங்க இலக்கியமும் மேலும் தெளிவு பெற, சமஸ்கிருதம் மட்டுமல்ல, பாலி, பிராகிருத மொழி அறிவு அவசியமாகிறது. ஒப்பிலக்கிய ஆய்வுக்குப் பன்மொழி அறிவு முக்கியம். யாதும் ஊரே, யாவரும் கேளிர் என்கிற ஒற்றை வரியை மட்டும் நீட்டிக் கொண்டிருப்பது வீண் வேலை. இலக்கியம், சமூகம், அரசியல்சார் சிந்தனைகளைப் பேரளவு வழங்கி இருக்கும் கோவை ஞானி, கோ. கேசவன், எஸ்.வி. ராஜதுரை, அ.மார்க்ஸ் ஆகிய இந்நான்கு பேர்களில் இரண்டுபேர் மட்டுமே தமிழ்த்துறை சார்ந்தவர்கள்.

பிற துறைப் பேராசிரியர்களைவிட ஒப்பீட்டளவில் தமிழ்ப் பேராசிரியர்கள் சமூக அக்கறையுடன் செயல்படுவதை ஒப்புக்கொள்கிறீர்களா?

ஒப்புக்கொள்கிறேன். மொழி சமூகம் சார்ந்தது. சமூகம், அரசியல் சார்ந்து கட்டமைக்கப்பட்டது. ஆகவே, மொழிப் பாடம் நடத்துகிற, மொழியோடு தொடர்புடைய ஆசிரியர்களுக்குத் தவிர்க்க முடியாதபடி ஏதோ ஒருவகை அரசியலில் இருக்க வாய்ப்பு உண்டுதான். திராவிட முன்னேற்றக் கழகம் பிறப்பதற்கு முன்னர், பள்ளிக்கூடம் மற்றும் கல்லூரிகளுக்குள் சென்றிருந்த அரசியல் பெரும்பாலும் ம.பொ.சியின் தமிழரசுக் கழக அரசியல்தான். அந்த உணர்வாளர்களைப் பின்னர் தி.மு.கழகம் வென்றெடுத்தது. இடதுசாரி தத்துவ அரசியலைக்கொண்ட பேராசிரியர்கள் பலரால் தமிழ் மேலெழும்பியது.

இந்தியத் தத்துவ மரபு, இந்தியப் பண்பாடு என்று தனித்துச் சிறப்பித்துச் சொல்ல இடமுண்டா?

இந்தியத் தத்துவ மரபு, இந்தியப் பண்பாடு என்று சொல்லப்படுவன மேல் எனக்குத் தனித்த மரியாதை இல்லை. இந்தியத் தத்துவ மரபை

வேத மரபோடு இணைத்தே அல்லது தொடங்கியே கதையாடலைத் தொடங்குகிறார்கள் பலரும். சமணமும் பவுத்தமும் அவைதிக நெறிகள் என்று சொல்லப்படுகின்றன என்றால், இந்தச் சமணமும் பவுத்தமும் தனித்த தரிசனங்கள் இல்லை என்றாகிறது. வைதிகத்துக்கு எதிராகக் கட்டமைக்கப்பட்டவை இவை என்கிற நெறியில் எனக்கு உடன்பாடு இல்லை. சமண, பவுத்தங்கள், தனியான அடிப்படைகளைக்கொண்ட தத்துவங்கள். இவற்றின் வேதத்துக்கு எதிரான பல கருத்துகள் உள்ளன. இதைக்கொண்டு அவற்றை வெறும் அவைதிகம் என்கிற சிமிழுக்குள் அடக்கிவிட முடியாது. வைதிகம், அவைதிகம் என்று தத்துவநெறிகளைப் பிரித்தல் பூர்வ இந்தியாவில் பிறந்த தத்துவங்களைக் கொச்சைப்படுத்துதல் ஆகும்.

இந்தியா என்பது பல தேசிய இனங்களைக் கொண்ட துணைக் கண்டம். தேசிய இனங்களின் பண்பாட்டை 'இந்தியா' என்கிற கற்பிதம், சொந்தம் கொண்டாட முடியாது. இந்தியா என்ற சொல்லே, ஆட்சி சவுகரியத்துக்காக முந்தைய ஆதிக்க அரசியலாளர்கள் அமைத்துக்கொண்டதுதான். தவிரவும், வட இந்தியச் சரித்திரச் சிந்தனையாளர்கள் பலரும் வடஇந்திய தேசியங்களை மனதில் கொண்டே அந்த 'இந்தியப் பண்பாடு' என்ற சொல்லை ஆண்டார்கள். அந்த வரலாற்றாளர் பலருக்கும் விந்திய மலைக்குத் தெற்கே உலகே இல்லை என்பதே கருத்தாக இருந்தது. இந்திய வரலாற்றில், அது ஐந்நூறு பக்கம் கொண்டதாக எழுதப்பட்டால் தென்னிந்தியாவுக்கு, குறிப்பாக தமிழ்நாட்டுக்கு ஐந்து பக்கங்கள் ஒதுக்குவதே பெரிது. ஒரு சின்ன உதாரணம்; வெள்ளையர் ஆதிக்கத்துக்கு எதிராகக் கிளர்ந்த முதலாவது கிளர்ச்சியை அல்லது புரட்சியை, சாவர்கர் முதல் அப்துல்கலாம் வரைக்கும், எல்லா தேசிய வரலாற்றாளர்களும் 1857இல் ராணிலட்சுமியும் தந்தியா தூபேவும் பங்குகொண்ட யுத்தத்தையே முதலாவது சுதந்திரப் போர் என்கிறார்கள். நாம் பலமுறை சொல்கிறோம். அவர்கள் சொல்கிற 1857க்கு முன்பாக, நூறு ஆண்டுகளுக்கு முன்னதாகவே பூலித்தேவர் வெள்ளையர்க்கு எதிராக ராணுவ நடவடிக்கையைத் தொடங்கிவிட்டார் என்ற உண்மையை யாரும் ஒப்புக்கொள்ளத் தயாராக இல்லை. தமிழகம் இந்தியாவின் பண்டை மாநிலம், பெருமைமிகு வரலாறுகளைக் கொண்ட மாநிலம் என்பது வட இந்தியர்களின் மூளையில் பதியவே இல்லை. இந்தியா என்பது வடமாநிலங்கள் மட்டும் இல்லை. நிலைமை இப்படி இருக்கையில் இந்தியா எனக்கு எங்கே இருக்கிறது?

இந்தியப் பண்பாட்டில் தமிழ்ப் பண்பாடு என தனித்துச் சொல்லவியலுமா?

தமிழ்ப் பண்பாடு என்று தனித்துச் சொல்லும்விதமாக எதுவும் இருப்பதாக, இந்தியப் பண்பாட்டுக்குள், எனக்குத் தோன்றவில்லை. வீட்டுக்கு வந்தால் சோறு போடுகிற 'விருத்தோம்பல்' என்பதைத்

தமிழர் தனிக்குணமாகக் கருதமுடியாது. இந்தியாவுக்குள் எந்த ஏழைக் குடிசைக்குச் சென்றாலும், குடிக்க மோர் கிடைக்கும். கண்டிப்பாக, மனித விழுமியங்கள் என்பது எல்லா இனங்களுக்கும் சொந்தமானதுதான். அப்புறம் தாய்மை, வீரம் எல்லாம். உலகத்தில் எந்தப் பெண்ணும் தன் குழந்தையைத் தூக்கி எறிவது இல்லை. வீரமும் மனிதர்களுக்குப் பொது. தமிழ்ப் பண்பாடு என்று குறிப்பிட்டுச் சொல்ல நாட்டார் இலக்கியம் உதவும்.

விருந்தினரை உபசரித்தல், வீரம், தாய்மை போன்றவை இரண்டா யிரமாண்டுகளாகத் தொடரும் தமிழ்ப் பண்பாட்டின் உன்னதங்கள் என்று போற்றப்படுகின்றன. அவை உலகத்து மனிதர்களுக்குப் பொதுவானவை என்றால், தமிழ்ப் பண்பாடு என்ற சொல்லை எப்படி அடையாளப்படுத்துவது? அப்படி ஒரு சொல் புனைவு அல்லது கானல்நீரா?

அறிஞர் தொ. பரமசிவம் சில கருதுகோள்களைச் சொல்கிறார். தாய், தாய்மாமன் இரண்டும் தமிழ்ப் பண்பாட்டின் முக்கிய அம்சங்கள் என்கிறார். பெண்களின் பல தாலாட்டுகளில், புருஷன் வருவதில்லை. தாய்மாமனே வருகிறார். தமிழ்ச் சமூகத்தில் தாய்மாமன் பாத்திரம் முக்கியமானதுதான். காதுகுத்து, ருது சடங்குகளில், கல்யாணத்தில் தாய்மாமன் பங்கு மிக அதிகம். அப்புறம், பெண்ணை பகிரங்கமாக (அந்தரங்கத்தில் வேறு சமாச்சாரம்) இழிவுபடுத்தும்போக்கை தமிழ்ச் சமூகம் அனுமதிப்பதில்லை. ஒரு போலீஸ்காரன் தெருவில் ஒரு பெண்ணை நிர்வாணம் செய்வதில்லை. காவல் நிலையத்துக்குள் செய்வான். இதுபோன்ற சிலவற்றைத் தமிழ்ப் பண்பாடு எனலாம்தான். தொ.பா.வின் ஆய்வுத்தளத்தை மேல் எடுத்துச்செல்ல ஆய்வாளர்கள் இப்போதைக்கு இல்லை. இனி வரலாம். தமிழ்ப் பண்பாட்டின் அலகுகளைத் தமிழர் வாழ்க்கையிலிருந்து தோண்டியெடுக்க வேண்டும். பழைய தமிழ் இலக்கியங்கள், சங்க இலக்கியங்கள் தமிழ் இலக்கியமே தவிர, தமிழர் 'இலக்கியம் இல்லை'. மேட்டுக்குடிப் பையன்களின் / பெண்களின் காதல் ரவுசே அகம். சில சண்டியர்களுக்காகத் துடிப்பான பையன்கள் போய்ச் சண்டைபோட்டுச் செத்துப்போவது புறம். இதில் எல்லாம் வாழ்க்கை எங்கே தெரிகிறது? அவை புனைவுகள். பண்பாட்டு வரலாறு, இனித்தான் விரிவாக ஆராயப்படவேண்டும். தொ.ப. தொடங்கி நகர்த்தி இருக்கிறார். விருந்தோம்பலை எல்லாம் தமிழருக்குரியது என்பது அபத்தம். பசித்த நாய்க்குப் பரதேசிகூடச் சோறு போடுவான். தமிழ்ப் பண்பாடு அடையாளம் காணப்படச் சுரங்கம்போல் உதவ நாட்டார் வாழ்க்கையும் தமிழும் காத்திருக்கிறது.

பெரும்பாலான நவீனத் தமிழ்க் கவிதைகள் ஒரேமாதிரி மொழியமைப்பில் இருக்கின்றன என்ற குற்றச்சாட்டு சரிதானா?

சரி, இல்லை என்றே தோன்றுகிறது. ஒரு காலகட்டத்தின் தமிழ் எடுத்துரைப்பு முறை சற்றேறக்குறைய ஒரு மாதிரியாகவே இருக்கும். சங்கக் கவிதைகள் அகலமாகச் சுமார் ஐந்நூறு ஆண்டுகள் பரப்பில்

எழுதப்பட்டவை. நாலைந்து வகை மாதிரிகளே இந்தக் கவிதைகளில் பார்க்க முடிகிறது. 'முட்டுவேன் கொல்' என்பது மாதிரியும், 'சிறிய கள் பெறினே' என்பது மாதிரியும், சில மீறல்கள் சங்கத்தில் உண்டு. பாணர்கள் பாதிப்புடன் எழுதப்பட்ட கவிதைகளும், நாட்டுப் பாடல் மரபுகளை உள்வாங்கி எழுதப்பட்ட கவிதைகளும் சங்கத்தில் காணப்படுகின்றன. பாணர் மரபு அழிந்து, புலமை மரபு ஏற்பட்ட பிற்காலத்தில் பாடல்கள் ஒரேமாதிரியாகவும் இருக்கின்றன. இவையெல்லாம் ஒரு 'தொனியை'க் கொண்டவை. சுதந்திரத்துக்கு முந்தைய புலமையர்களின் உரைநடை ஒரு வகை; மறைமலை அடிகளுக்குப் பிந்தைய அவர் செல்நெறி சார்ந்த புலமையர் எழுத்து முறை ஒரு வகையாகவே இருக்கிறது. உலக இலக்கியப் போக்குகளையே டால்ஸ்டாய், டாஸ்டாவ்ஸ்கி ஆகியோரின் மரபுகளில், வழிகளில் அடக்கிவிடும் சிந்தனையும் உண்டுதானே? புதுக்கவிதையின் தொடக்ககால மொழியும், எழுபதுகளுக்குப் பிறகான மொழியும் வேறுபடுவதோடு, 90களுக்குப் பிறகான மொழி ஒரு மாதிரியாகவும் இருக்கிறது. சொல்முறைகளில் தலித்தியக் கவிதைகள் தனித்திருந்தாலும், அவற்றுக்குள் பொது எடுத்துரைப்பு இருக்கவே செய்கிறது. சில உடைப்புகள், மீறல்கள் தவிர்த்துப் பொதுவாக மொழிப் பிரயோகம் அப்படித்தான் இருக்கிறது.

சிறுகதை ஓரிடத்தில் தேங்கிவிட்டதே...

அப்படி எனக்குத் தோன்றவில்லை. பனிபடர்ந்த வைகறை, திடுமென வெளுப்பதுபோல, நாவல் இல்லையே என்று நினைக்கும்போது, தாண்டவராயன் கதையும், வார்சாவில் ஓர் கடவுளும், இப்போது கொற்கையும் வந்து நிற்கின்றனவே. ஐந்தாண்டு இடைவெளிக்குள் இவை முக்கியமானவைதானே? படைப்புகள் அதிகம் இல்லாததுபோல இருப்பது, நம் தேடலில் தீவிரம்தானே தவிர வேறல்ல. ஒரு இதழில் ஆறு ஏழுக்கும் மேலான சிறுகதைகளை உயிர் எழுத்து வெளியிடுகிறதே!

மினிக்கதை, மைக்ரோ கதை என்று சிறுகதை வடிவத்தை வெகுசன இதழ்கள் சிமிழுக்குள் அடைத்துவிட்ட நிலையில், கதைசொல்லல் எதிர்காலத்தில் எப்படி இருக்கும்?

விவசாயம்சார்ந்த பல்கலைக்கழகத்துக்குள்ளேயே, தலை கத்திரிக்கப் பட்டு "ஒழுங்கு" செய்யப்பட்ட செடிகளைப் பார்த்திருக்கிறேன். அது போன்றதுதான் இதுவும். வெகுஜனப் பத்திரிகைகள், கடைசியாக வந்து சேர்ந்த இடம் அஞ்சல் அட்டைக் குறுங்கதைகள். இந்த மூடத்தனத்துக்கும், மூர்க்கத்தனத்துக்கும், வன்முறைக்கும் எல்லாம் சிறுகதை பயந்துவிடாது. கலைஞர்கள், தம் கடைசிவரியை எங்கு எந்த இடத்தில் எழுதி முடிக்கவேண்டும் என்று நினைக்கிறார்களோ, அந்த இடத்தில்தான் முடிப்பார்கள். வெகுஜன இதழ்கள் அவர்களுக்குப் பொருட்டே இல்லை.

மாந்திரிக யதார்த்த எழுத்து, அநேகர் கோட்டு எழுத்து முறை போன்றவை படைப்பு முயற்சிகளுக்கு நெருக்கமானவைதான். ஆனால் சிலர் தர்க்கமற்ற உரைநடைமூலம் உருவகங்களை அளவுக்கதிகமாகப் பயன்படுத்துகின்றனரே...

ஓவியங்கள் மூலமாக இதைப் புரிந்துகொள்ளலாம். நவீனமும் அப்ஸ்ட்ராக்ட்டுமாக ஓவியங்கள் வரையப்பட்டபோது எது அசல், எது போலி, எது பிரதி செய்யப்பட்டது, என்றெல்லாம் குழப்பம் ஏற்பட்டது. ஓவியங்களைத் தொடர்ந்து 'பார்க்கும்' கண்கள் அவற்றைப் புரிந்துகொள்ளமுடியும். ஓவியம், புரிந்துகொள்வதும் அல்ல. சங்கீதம்கூட அப்படித்தான். எத்தனையோ பேர்களுக்கிடையில்தான் கிருஷ்ணனையும், சஞ்சய் சுப்ரமண்யத்தையும் கேட்டுக்கேட்டுத்தான் இனம் காண முடியும். பழகப்பழக காது நமக்குச் சரியான சங்கீதத்தைக் காட்டித் தரும். கதைகளுக்கும் இது பொருந்தும். எப்படிக் கலைத்துப்போட்ட கதைகளானாலும், அ-நேர்க்கோட்டுக் கதைகளானாலும், அவற்றின் ஊடாக தர்க்க ஒழுங்கு இறைச்சிமாதிரி இருந்தே தீரும். போர்ஹே நல்ல உதாரணம்.

வாசகரை மறுக்கும் பிரதிகளாக உருவெடுக்கும் படைப்புகள்பற்றி என்ன கருதுகிறீர்கள்?

எப்போதும் எழுத்தாளருக்கு முன்னால், அவர் சொல்லும், எழுதப் போகும் சொல்லால் உருவாக இருக்கும் உலகமும்தான் இருக்கும். கலைத்துவமும் நுட்பமும்கூடிய எழுத்தாளர்கள் எழுதுவதற்கு முன்னும் பின்னும் வாசகர்களை நினைவில் கொள்வதில்லை. எழுத்தாளர்கள் வாசகர்களோடு இரவு உணவு உட்கொள்ளும் அவசியமும் இல்லை. வாசகர்கள் என்கிற கருத்துருவம், மார்க்சிய இலக்கியத் தாக்கத்தினால் உருப்பெற்று வந்த சிந்தனையேயாகும்.

இப்படிச் சொல்வது அகந்தையால் அன்று. பல வாசகர்கள், ஆசிரியர்களுக்கு நிகரானவர்கள்; மட்டுமல்லாது மேம்பட்டவர்களும் ஆவர். ஆசிரியர்களும், வாசகர்களும் இணைந்ததுபோலக் காணும் தண்டவாளங்கள் அல்லர். வேண்டுமானால் சக பயணிகள் என்று சொல்லலாம். யாத்ரீகர்கள் சக யாத்ரீகர்களைப் புரிந்துகொள்வார்கள். புரிந்துகொள்ளாவிடினும் யாருக்கும் நட்டமுமில்லை. எழுத முடிகிறவர்கள் எழுதுகிறார்கள். வாசிப்பு ருசி உள்ளவர்கள் வாசிக்கிறார்கள். இருவரும் வேறு வேறானவர்கள். படைப்பாளர், வாசகரை மனதில் இருத்திக் கொள்ளுதல் அதிகச் சுமையாகிப் பயணம் இடர்ப்படும்.

மாபெரும் படைப்பாளர் எனினும், அவர் எழுதிய உன்னதமான படைப்பை வாசிக்கும்போது, ஒவ்வொரு வாசகரும் வாசிப்பின்வழியாகத் தனக்கான பிரதியைத் தகவமைத்துக் கொள்கிறார். இந்நிலையில், படைப்பும் வாசகரும் மட்டும் எஞ்சுகின்ற நிலையில் வாசிப்பு முக்கியமானது அல்லவா?

படைப்பை, அதை வாசிக்கும் வாசகரே உருவமைக்கிறார். ஒரு பிரதி ஒரு வாசகரிடம் உருவாக்கும் அதிர்வு மிகவும் அந்தரங்கமானது. ஒரு பிரதி ஒவ்வொருமுறை வாசிக்கப்படும்போதும், படைப்பாளி புதிய ஜனனம் அடைகிறார். வாசிப்பால் எழுத்தாளர் தீர்ந்துபோவதில்லை. படைப்பு பாதி என்றால், மீதியை இட்டு நிரப்புபவர் வாசகர்தான். மகாபாரதம் இந்த அளவு பெரிதானமைக்கு என்ன காரணம் என்றால், வியாசனுடன், வியாசன் கடந்துபோன, விட்ட இடத்தையெல்லாம் வாசர்களாகிய கவிகள் இட்டு நிரப்பியே 'மகா' பாரதமாக்கினார்கள். அது 'விஜய' என்ற பெயரில் சிறியதாக எழுதப்பட்டதுதான்.

நீங்கள் பிரபஞ்ச கவியாக வானில் சிறகடித்த அந்தக் காலகட்டத்துச் சுவாரசியமான சூழலைப் பகிர்ந்துகொள்ளுங்கள்.

ஒரு கவிஞர் என்னை மாயாகோவ்ஸ்கிபோல எழுதுகிறீர்கள் என்றார். எனக்குக் கிலி பிடித்துவிட்டது. அதன் பிறகுதான் மாயாகோவ்ஸ்கியை தேடிப்பிடித்து வாசித்தேன். ரகுநாதனின் மொழிபெயர்ப்பில் அவர் தமிழுக்கு வந்திருந்தார். (அந்தக் காலத்தில் 1965-70 இல் அக்கவிஞர் பற்றிய சித்திரம் தமிழில் சரியாக உருவாக்கப்பட்டிருக்கவில்லை. மிகச்சரியான அறிமுகம் எஸ்.வி.ராஜதுரையாலேயே, பிறகு எழுதப்பட்டது). நான் மாயாகோவ்ஸ்கியைப் படித்த மட்டில் எனக்கு இரண்டு உண்மைகள் தெரியவந்தன.

ஒன்று நான் மாயாகோவ்ஸ்கி இல்லை என்பது. இரண்டு என்னை மாயாகோவ்ஸ்கி என்றவர்க்கு மாயாகோவ்ஸ்கி தெரியாது என்பது. வெகுசீக்கிரம் என் கவிதைக் கனவு கலைந்தது நான் செய்த நல்வினை. தமிழில் மோசமான கவிதைகள் என்று ஆங்கிலத்தில் வருவதுபோல ஒரு தொகுப்பு தயாரானால், அதில்தான் என் கவிதைகளை நான் வைக்கநேரும். ஆனால், என்னைவிட மோசமாகக் கவிதை எழுதுபவர்கள் இருநூறு பேர்களாவது இருப்பார்கள். துரதிர்ஷ்டம் என்னவென்றால், அவர்களில் பலர் கவிச்சக்கரவர்த்திகளாக இருக்கிறார்கள்.

இன்றும் வானம்பாடி மரபு தொடர்கிறதா?

அரசியல் மற்றும் சமூகத்தாக்கமே வானம்பாடி மரபு எனக்கொண்டால், தொடர்கிறது என்றே தோன்றுகிறது.

1990களுக்குப் பின்னர் தமிழில் பெண்கள் பெரிய அளவில் எழுதிக் கொண்டிருக்கின்றனர். மூத்த எழுத்தாளர் என்றமுறையில் இப்போக்கை எப்படிப் பார்க்கிறீர்கள்?

1990களுக்குப் பிறகு, தமிழ்க் கவிதைக்கு ஆகப் பெரிய புலத்தை ஆகப் பெரிய விசையை ஏற்படுத்தியவர்களே பெண்கள்தான். இரா. மீனாட்சி, சுகந்தி சுப்பிரமணியம் முதலானவர்களுக்குப் பிறகு, எழுதவந்த

குட்டிரேவதி, மாலதிமைத்ரி, சுகிர்தராணி, சல்மா போன்றோரால் தமிழ்க் கவிதை உச்சம்பெற்றது. இதை நான் பல இடங்களிலும் பதிவு செய்திருக்கிறேன். அந்தளவுக்கு வசனத்தில் (உரைநடையில்) பெண்களின் ஆளுகை குறைவாகவே இருக்கிறது. அதாவது கதை, நாவல்களில். குட்டிரேவதி, மாலதிமைத்ரியின் கட்டுரைகள் சிந்தனை அழுத்தம் பெற்றவை.

தமிழ்ப் பெண்கவிஞர்கள் ஆண்டாள், வெள்ளிவீதியார், ஔவை போன்றோரைத் தாண்டவில்லை என்று சில ஆண் கவிஞர்கள் சொல்வதில் என்ன அரசியல் உள்ளது?

ஆண்மைய அரசியல்தான்; இப்படி இந்த ஆடையை உடுத்து, இப்படி தலைமுடி வைத்துக்கொள், அறிவியல் பல்கலைக்கழகத்துக்குள் 'செல்' கொண்டு வராதே, ஜீன்ஸ் பேண்ட்டும், டி-சர்ட்டும் அணியாதே என்பதுபோல வாத்தியார்த்தனம் செய்கிற அத்துமீறல் இது. பெண்கள் எதைப் படிக்கவேண்டும் என்பது அவர்களுக்குத் தெரியும். சாரம் இல்லாத அறிவுரைகளை இந்த ஆண் மகாகவிகள் நிறுத்திக்கொள்ள வேண்டும். காலம்தோறும் கவிதை வளர்ந்துகொண்டுதான் இருக்கும்; ஆண்களுக்குப் பிடிக்கவில்லை என்றாலும்கூட.

பெண் கவிஞர்கள் உடல்களைப் பற்றி எழுதும்போது, அது ஏதோ அறியக்கூடாத மர்மம்போல பூடகப்படுத்தும் தமிழ்ச்சூழல்பற்றி என்ன நினைக்கிறீர்கள்?

பொதுவாக, சாமியார்களைப் பற்றி டாக்டர் ஷாலினி சொல்லும்போது, 'அதிகாரம் வரும்போது இயற்கையாகவே செக்ஸ் என்ற போதையும் வந்துவிடும். யாருக்குத் துறவறத்தில் நாட்டம் அதிகமோ, அவர்களுக்கு செக்ஸிலும் நாட்டம் இருக்கும்!' என்கிறார். இதைச் சமூகத்திலும் பொருத்திப் பார்க்கலாம். மிகுந்த போலிமையும், அதனால் எழுந்த குற்ற உணர்ச்சியும், தொடர்ந்துவரும் பதற்றமும் கொண்டது தமிழ்ச் சமூக வக்கிரங்கள், பெரும்பாலும் கற்பு மற்றும் ஒழுக்க முகமூடிகளையே விரும்பி அணிகின்றன. முலையை முலையென்று சொல்லாமல் யோனியை யோனியென்று சொல்லாமல் வேறு எப்படிச் சொல்வது. மூக்குக்கு மாறாக, நெற்றி முதல் கழுத்துவரை யோனிகளை ஒட்ட வைத்துக்கொண்டு திரிகிற மனநோயாளிகளே, பெண்கவிகளை வசை கூறுகிறார்கள்.

பெண் படைப்பாளிகளை தொடர்ந்து ஆதரித்துவரும் நீங்கள், சில பெண் படைப்பாளிகள் தங்களது எழுத்துத் தகுதிக்கும்மேல் தங்களைக் கட்டமைத்துக் கொண்டு பேசுவதுகுறித்து என்ன கருதுகிறீர்கள்? இந்நிலை அவர்களுடைய படைப்பாக்கச் சக்தியைப் பாதிக்காதா?

பெண் படைப்பாளர் பலர் அவர்களின் தகுதிக்கும் கீழே மதிப்பிடப்பட்ட ஆண் ஆதிக்கக் காலம் ஒன்று இருந்தது. எனவே,

என்னைப் போன்றவர்கள் அவர்களின் உள்ளபடியான தகுதிகளைச் சொல்லவேண்டி இருந்தது. பெண் படைப்பாளிகள் தம்மைப்பற்றி மிகுத்து பேசுகிறார்கள் என்றால் பேசட்டுமே. தம்மை அறியார் முன் தம்மைப்பற்றி விளம்புதல் தகும் புலவோர்க்கே என்கிறது தமிழ் இலக்கணம். பெண்களின் தகுதிகளை, பெருமைகளைத் தமிழ்ச்சமூகம் பேசத் தவறுகிறது. பிரம்மராஜன் போன்ற சில மூத்த கவிஞர்களே இக்கவிஞர்களை ஆதரிக்கிறார்கள். அவர்களின் தகுதியைப் புரிந்துகொண்டு பல மூத்தகவிகள் சௌகர்யமாக வாய் திறப்பதில்லை. தமிழை முன் நகர்த்தியவர்கள் குட்டிரேவதி, மாலதிமைத்ரி, சுகிர்தராணி போன்றோர்தான் என்பது என் கருத்து. இன்னும் ஐந்துபேர் இதில் உண்டு.

படைப்பாளிகளுக்கும் அரசியலுக்குமான உறவுபற்றிச் சொல்லுங்களேன்?

சதைக்கும் தோலுக்குமான உறவுதான் அரசியலுக்கும் இலக்கியத்துக்கும். எழுத்து என்பது இலக்கியமாகச் சொல்லப்படும் அரசியல்தான். புதுமைப்பித்தன் என்று நாம் சொல்வதும், கல்கி என்று அவர்கள் சொல்வதும் அரசியல்தான். புதுமைப்பித்தனிடமும் ஒளிந்தும் வெளிப்பட்டும் கண்ணாமூச்சி ஆடுகிற வெள்ளாள அரசியலையும் அறியவேண்டி இருக்கிறது. நாம் காற்றாலும் நீராலும் சூழப்பட்டதைக் காட்டிலும் அரசியலால் சூழப்பட்டதே அதிகம். முதலியார் சாமியார் செய்கிற அதே காரியத்தைப் பிராமண சாமியாரும் செய்கிறார். ஆனால் நம் ஊடகங்கள், முதலியார் சாமியை மட்டும் அலசித் துவைத்துக் காயப்போடுவது அரசியல் அன்றி வேறென்ன? அரசியலைப் புரிந்துகொள்வது சமூகத்தைப் புரிந்துகொள்வது என்பதாகும்.

சமீபகாலத்தில் தலித் இயக்கமும், தலித் இலக்கியச் செயல்பாடுகளும் குறிப்பிடத்தகுந்த அளவில் முன்னேறியுள்ளன. அதுகுறித்து உங்கள் பார்வை என்ன?

தலித்துகள் அவர்கள் வாழ்வை, வலியை, கொண்டாட்டத்தை எழுத, அவர்களின் மொழியோடு வந்திருக்கிறார்கள். சாதித்துக் கொண்டிருக்கிறார்கள், அவர்கள் செயல்பாட்டில் நான் என்னையும் இணைத்துக்கொள்கிறேன். அவர்கள் அனைவரும் என் மரியாதைக்குரிய நண்பர்கள். அழகிய பெரியவன் முதல் ஆய்வாளர் எழில் இளங்கோவன் வரை செய்திருக்கும் ஆக்க முயற்சிகள், சங்கம் முதல் தமிழ் இலக்கியக்களம் காணாத ஒன்று. உண்மையில், தலித் படைப்புகள் வரும் வரை தமிழ் முழுமையான மொழி ஆகாமல்தான் இருந்தது. பெண்கள், இசுலாமியர், தலித்துகள் எழுதித்தான் தமிழின் பலகீனங்களை அடைத்துக் கொண்டிருக்கிறார்கள். இது பெருகவேண்டும்.

இளைஞர்களை, யுவதிகளை அதிகமாகச் சந்திக்கும் எழுத்தாளர் நீங்கள். மாணவர்களுக்கு இலக்கியத்தில் எந்தளவுக்கு ஆர்வமும் பயிற்சியும் இருக்கிறது?

நிறைய இலக்கியக் கூட்டங்களில் பங்கேற்பதன்மூலம், தமிழ் இலக்கியத்தை மாணவர்களுக்கு நான் கொண்டுசேர்க்கிறேன். வகுப்பறை, பல படைப்புகளை உருவாக்கும் ஜீவன் உள்ள இடம். என் பேராசிரியர்கள் அதைச் செய்திருக்கிறார்கள். இப்போது நவீன இலக்கியப் படிப்பும் சூழலும் வளர்ந்திருக்கிறது.

பல பேராசிரியர்கள் நவீன இலக்கியத்தின் பக்கம் வருகிறார்கள். ஆனாலும், மாதத்தின் முதல் நாள் சம்பளக்கொள்ளை அடித்துப் போகும் பேராசிரியர்களே அதிகம். உணர்வு, உழைப்பு இரண்டும் இல்லாத ஜடப் பேராசிரியர்கள் இன்னும் இருப்பதால் மாணவர்களுக்கு அவர்களுக்கான பங்கு போய்ச்சேரவில்லை. என் பேச்சைக் கேட்டு இலக்கியத்தின் பக்கம் வந்த பலரை எனக்குத் தெரியும். கல்லூரி வகுப்பறைகள். சுதந்திரமான சிந்தனைகள் மற்றும் படைப்பு வியக்திகளைப் பரிசீலனை செய்கிற தீவிரத்தால் நிரப்பப்பட வேண்டும். நிலைமை அப்படி இல்லை.

தற்போதைய அரசியல் நிலைமைகளில் தமிழக அரசு நடத்தும் செம்மொழி மாநாடு குறித்து தங்கள் கருத்து?

செம்மொழி மாநாடுகுறித்து என் கருத்துகளை முன்னமேயே சொல்லியிருக்கிறேன். மீண்டும் ஒன்றைச் சொல்கிறேன். தமிழ் மட்டுமே அறிந்த ஒருவர் உலகத் தொழில்நுட்பங்களை, அறிவியல் வளர்ச்சியை உலகத் தத்துவத்தை, உலகப் பேரிலக்கியங்களை, வானத்தின் கீழுள்ள அனைத்தையும் அறியும் வாய்ப்பை இம்மொழி வழங்குமென்றால், தமிழை வளர்ந்த மொழி என்று நான் ஏற்றுக்கொள்வேன். தமிழ், அந்த வளர்ச்சியை எட்டி இருக்கிறதா? செம்மொழி மாநாட்டின் நோக்கம் இப்படி உள்ளதா? இந்த நோக்கில், அதாவது தமிழனை உலகுக்கு எடுத்துச்செல்லும் இலட்சியத்தில், உலகைத் தமிழுக்குக்கொண்டு வரும் உயர் நோக்கத்தில் மாநாடு நடத்தப்படுகிறதா என்று தெரியவில்லை.

இத்தனை விளம்பரங்கள், செயல்படும் பிரமுகர்கள் ஆகியோரைப் பார்க்கையில் எனக்கு நம்பிக்கை குறைகிறது. ஒரு மொழியின் முதல் மரியாதைக்குரியவர்கள் அதன் படைப்பாளர்கள். இலக்கியப் படைப்பாளர்கள் செம்மொழி மாநாட்டு விளம்பரங்களில் ''பற்றி இலக்கியக்காரர்கள்'' அதிகம் காணப்படுவது ஒரு வீழ்ச்சி. இலக்கியம் ''பற்றிப்'' பேசுகிறவர்கள் அறிஞர்கள் அல்லர். அவர்கள் உரைகாரர்கள். இலக்கியம் எனும் முதல் நூல் படைப்பவர்களே முனைவர்கள். இவர்களுக்கே முதல் தமிழ் இருக்கைகள் அளிக்கப்பட வேண்டும்.

இதுவரை எழுதப்பட்டுள்ள எழுத்துகள் / வாசிப்புக்கள்வழியாக உங்கள் மனத்திற்குள் உருவாகிக்கொண்டிருக்கும் பிம்பங்களில் எவற்றை முக்கியமானவையாகக் கருதுகிறீர்கள்?

கூடுமானவரை கோணல் இல்லாதவனாக இருக்கிறேன் என்கிற நம்பிக்கை எனக்கு ஏற்பட்டுள்ளது. அதிகாரத்தைக் கட்டமைக்க நான் ஒருபோதும் ஆசைப்பட்டதில்லை. அந்தவரையில் நான் ஆரோக்கியமானவன். அதிகாரத்துக்கு விசுவாசமாக நான் செயல்பட்டதில்லை. எனக்கு எந்த மனிதர் / கட்சி / நிறுவனத்தின் மீதும் பெரிய மரியாதை இல்லை. ஒடுக்கப்பட்டவர் பக்கமே என் நிலைப்பாடு என்பதில் எனக்குத் திருப்தி உண்டு. என் எதிரிகளை நான்தான் உருவாக்கினேன் என்பதில் எனக்கு மகிழ்ச்சி உண்டு. இளைய தலைமுறையினரின் அபரிமிதமான படைப்பாற்றல் எனக்கு பிரமிப்பு தருகிறது. நிறைய, பெருமைப்படத்தக்க நண்பர்களைப் பெற்றிருக்கிறேன். உலகம் முழுக்க என்னை நேசிக்கிறவர்கள் நிறையப் பேர்கள் இருக்கிறார்கள் என்பதில் எனக்குப் பெருமிதம் உண்டு. இன்னும் சத்தான சில நூறுபக்கங்கள் எழுத ஆசை. என்னை நிர்ப்பந்திக்கிற எண்ணம் அது ஒன்றுதான்.

என் மனைவியும் குழந்தைகளும் என்னை மன்னிப்பார்கள் என்கிற நம்பிக்கை எனக்குண்டு. நான் மகிழ்ச்சியாக இருக்கிறேன். குறை வேண்டுதல் எதுவும் எனக்கில்லை. இலக்கியம் எனக்குத் தந்தது, இந்தச் சாந்தியைத்தான்.

உயிர் எழுத்து, மே 2010

என் இலக்கிய நண்பர்கள் ‘பிரபஞ்சன்’

1984 ஆம் ஆண்டு, சென்னையில் தங்கவேண்டிய சூழல். திருவல்லிக்கேணி பகுதியில் பல லாட்ஜ்களில் ஏறி இறங்கினோம். உடன்வந்த நண்பர் விமலாதித்த மாமல்லன், குங்குமம் பத்திரிகை ஆபிஸூக்குப் போய் பிரபஞ்சனைப் பார்க்கலாம் என்றார். போய்ப் பார்த்தோம். எலுமிச்சைமஞ்சள் மேனியுடன் லேசான சுருட்டைத் தலைமுடியுடன் புன்முறுவலோடு பிரபஞ்சன் எங்களை வரவேற்றார். மிகவும் பொறுப்புணர்வுடன் காது கொடுத்து என் பிரச்சினையைக் கேட்டார். சர்வதேசப் பிரச்சினையை அணுகுவதுபோல இருந்தது அவரது பாவனை. ஆவனசெய்வதாக வாக்களித்தார். அடுத்த நாளே இராயப்பேட்டை ஜானிஜான்கான் தெருவிலுள்ள பனாமா லாட்ஜின் இரண்டாம் மாடிக்குக் குடியேறினேன். பக்கத்து அறையில் பிரபஞ்சன். தொடக்கத்தில் அவருடைய பேச்சும் செயலும் மரியாதைக்குரியனவாக என்னைத் தள்ளி நிற்கவைத்தன. அவருடைய பூர்வீகம் மலையாளம் என்று தோன்றியது. எனினும் படைப்பாளிகள் குறித்து தொடர்ந்து பேசிக்கொண்டிருந்தோம். நாயர் கடையிலிருந்து தேநீர்க் கோப்பைகள் வந்துகொண்டேயிருக்கும். பிறகு புகைந்திடும் சிகரெட்டுகளின் புகை மண்டலத்தில் உலக இலக்கியவாதிகள் மிதந்து அறையைவிட்டு வெளியேறினார்கள்.

எனது ப்ராஜக்டில் மலாய் மொழி பயிலுதல் பொருட்டு வாரத்தில் இரண்டு நாட்கள்தான் பணி. மற்றபடி, அறைக் கட்டிலில் படுத்துக்கொண்டு புத்தகங்கள் வாசிப்பதுதான் முதன்மைப் பணி. காலையில் எழுந்து நாளேடுகளில் 'இன்றைய நிகழ்ச்சி' பார்த்து மாலையில் செல்லுமிடத்தைத் தீர்மானித்துக்கொள்வோம். அது மைலாப்பூர் சபாவில் பரதநாட்டிய அரங்கேற்றம், கலைவாணர் அரங்கில் வங்கமொழிப் பட விழா, மியூசியம் தியேட்டரில் நவீன நாடகம், இலக்கியச் சிந்தனைக் கூட்டம்... இப்படி எதுவாகிலும் இருக்கும். ஆனால் நுழைவுக் கட்டணம் கேட்கக்கூடாது என்பதுதான் எங்கள் விருப்பம். ஏனெனில் அப்போது கையிருப்புப் பைசா ரொம்ப கம்மியாக இருக்கும். ஏதாவது இசை, நாட்டிய நிகழ்ச்சியைப் பார்த்துவிட்டு இரவு 9 மணிக்கு அரங்கைவிட்டு வெளியே வருவோம். நிகழ்ச்சிக்கு வந்தவர்கள் வாகனங்களில் பறந்திட - குறைந்தபட்சம் சைக்கிள் - நானும் பிரபஞ்சனும் பேசியவாறு இராயப்பேட்டைக்கு நடந்துவருவோம்,

குங்குமம் பத்திரிகை வேலையில் கிடைத்த பணம், பிரபஞ்சனுக்குப் போதாமலிருந்தது. பதினைந்தாம் தேதிக்குப் பின்னர் எப்பவும் பணக் கஷ்டம்தான். அதற்காக அதை வெளிப்படையாகச் சொல்ல

மாட்டார். இரவில் எவ்வளவு லேட்டாகப் படுத்தாலும், காலையில் ஆறு மணிக்கெல்லாம் எழுந்துவிடுவார்.

ஊமை ஜனங்கள் திரைப்படத்தில் அசோசியேட் இயக்குநராகப் பணியாற்றுவதற்காக குங்குமம் வேலையை விட்டுவிட்டார். அது ஒருவகையில் ரிஸ்க்தான். திரைப்படம் ஒரு வாரத்தில் பெட்டிக்குள் சுருண்டுகொண்டது.

அவர் அறையில் முடங்கி ஏதாவது புத்தகங்களை வாசித்துக் கொண்டிருப்பார். காலை பதினோரு மணி வரை ஏழெட்டுத் தடவைகள் தேநீர் குடித்திருப்பார். நான் மெல்ல அறைக்குள் நுழைந்து "சாப்பிட்டீங்களா" என்பேன். "ம்... சாப்பிடணும்" என்பார் தலையை அசைத்தவாறு. அவர் சில ஆண்டுகள் லாட்ஜில் தங்கி யிருந்தும் அவருக்கு நண்பர்கள் யாரும் இருந்ததாகத் தெரியவில்லை. எனக்குப் பலரிடமும் நட்பு. யாரிடமாவது இருபது ரூபாய் வாங்கி வந்து அவரிடம் பத்து ரூபாய் தருவேன். மதியச் சாப்பாடு ஆந்திரா மெஸ்ஸில் சாப்பிடப் போகலாமெனக் கூறிவிட்டு, எனது அறைக்குப் போய் ஆடையை மாற்றிக்கொண்டு வருவேன். அவர் லாட்ஜில் எடுபிடி வேலை செய்யும் பையனுக்கு இரண்டு ரூபாய் இனாமாகத் தந்துகொண்டிருப்பார் (ஆந்திரா மெஸ்ஸில் அப்போது முழுச் சாப்பாடு ரூ.4தான்.) இதெல்லாம் எப்படிச் சாத்தியம் என்ற கேள்வி மட்டும் எனக்குள் தோன்றும். 'இப்படித்தான் வாழ்க்கை' என்பதுபோல கண்களைச் சிமிட்டிப் பிரியமுடன் சிரிப்பார். அவரது 'ஒரு ஊரிலே இரண்டு மனிதர்கள்' கதையில் வரும் மனிதர் அவரேதான். "இப்படிப் பிழைக்கத் தெரியாத மனிதராக இருந்தா... ங்கோத்தா மெட்ராஸில எப்படிப் பிழைக்றது" என்று அவரைப்பற்றி விமலாதித்த மாமல்லன் அடிக்கடி சொல்லுவார். 'இதெல்லாம் எழுத்தாளனுக்கே உரிய விசித்திர குணாம்சம்' என்று பதிலளிப்பேன். மதியம் முழுச் சாப்பாட்டிற்குப் பின்னர் இரவில் இரண்டு சிறிய வாழைப்பழங்கள், ஒரு கோப்பைப் பால் மட்டும்தான். இப்படிச் சில மாதங்கள் வாழ்க்கை கடந்து போனது.

புதுச்சேரி வாழ்க்கை முறை, குடும்பம், தந்தை, கள்ளுக்கடை என்று விரியும் பிரபஞ்சன் விவரிக்கும் உலகம் ரொம்ப சுவாரசியமானது. எத்தனைமுறை கேட்டாலும் அலுக்காது. அது சம்பவத்தை விவரிக்கும் அவரது உயிரோட்டமான விவரிப்பில் பொதிந்துள்ளது. தன் கடந்தகால வாழ்க்கை, நண்பர்கள், அனுபவங்கள் பற்றிய பிரபஞ்சனின் மனவோட்டம் பல்வேறு தளங்களை வெளிப்படுத்துவதாக இருக்கும். சீரியசாக விஷயங்களைப் பேசிக்கொண்டிருப்பவர், திடீரென கேலியும் கிண்டலுமாக மாறிவிடுவார். அவருக்கு எல்லாமே வேடிக்கைதான். பிரபலமான சிறுகதை ஆசிரியர் என்ற பிம்பம் கொஞ்சம்கூட அவருக்கு இருக்காது. அவர் பேசுவதை புதிதாகக் கேட்பவர்களுக்குத்

திக்கென்றிருக்கும். அவரது கதைகளில் பொங்கிவழியும் மனிதர்கள்மீதான ப்ரியத்தை, அவரை நேரில் சந்திக்கையில் காணலாம் என்று வந்த வாசகர்கள் திகைத்துப்போவார்கள். அவர் பேச்சுவாக்கில் கொஞ் சமும் கூசாமல் சொல்லுவார், 'சோத்துக்கு... ஆயிடுச்சு' என்று. அவர் சீனியர் எழுத்தாளர்கள் சிலரைத்தவிர சக எழுத்தாளர்களைப் பற்றி நக்கலாக விமர்சிப்பார், அதில் யாரையும் குற்றம்சொல்லும் தொனி இருக்காது. 'அது ஒரு பொறுக்கி' என்று யாரையாவது கோபத்தில் திட்டும்பொழுது சொல்லுவார். கேட்டவரை குஷிப்படுத்தும்வகையில் நாடகத்தன்மையுடன் கலந்திருக்கும் அவரது பேச்சு போகிறபோக்கில் ஆழமான சமூக விமர்சனங்களை வெளிப்படுத்தும். அவருக்கு, யாராவது விரோதிகள் இருப்பார்களா? என்பது சந்தேகமே.

அவரைப் பார்க்க யாராவது அறைக்கு வந்துகொண்டே இருப்பார்கள். வெகுசன இதழ்களில் துணுக்கு எழுதுகிறவர்கள், திரைப்பட உதவி இயக்குநர்கள், திரைப்படக் கவிஞராக முயலும் இளைஞர்கள், புதுச்சேரிவாசிகள்... நான் அறையினுள் எட்டிப் பார்த்துவிட்டு 'இதோ வர்றேன்' என்று போய்விடுவேன். சிலசமயங்களில் ஒரு மணி நேரம்கழித்து வந்து நானும் கலந்துகொள்வேன். வந்திருப்பவர்கள் இடைவிடாமல் பேசிக்கொண்டிருப்பார்கள். அவர் ஒற்றைக் கட்டிலில் சுவரில் சாய்ந்து அமர்ந்தவாறு, வெற்றுமார்பில் வெள்ளைத்துண்டைப் போர்த்திக்கொண்டு, சிகரெட் புகையை ஊதியவாறு முகத்தில் புன்முறுவல் ததும்பத் தலையை அசைத்துக்கொண்டிருப்பார்; அவ்வப்போது ஏதாவது கேள்விகள் கேட்பார். வந்தவர் விடைபெற்றுப் போனவுடன், பால்கனியில் வந்து நின்றுகொண்டு ஆசுவாசமாகப் பெருமூச்சுவிடுவார். "உங்களுக்கு நல்ல பொறுமை... சகிச்சுக்கிறீங்ளே" என்பேன்.

"வந்தவர் அடிப்டையில் நல்ல மனுசன்; ஆனால் இலக்கியத்தில் முட்டாளாக இருக்கான். அவருக்குப் பாலகுமாரன்தான் ஆதர்ச எழுத்தாளன். ரொம்ப வருஷத்துப் பழக்கமானவர். ஒருகாலத்தில் எனக்கு உதவி செய்திருக்கிறார். அவரை எதிர்த்து ஏதாவது சொன்னால் வருத்தப்படுவார். அதான் அவர் பேசுகிறதைக் கேட்டும் கேட்காமல், வேறு ஏதாவது யோசித்துக்கொண்டிருப்பேன். வேற வழி.,." சொல்லிவிட்டுச் சத்தமாகச் சிரிப்பார். அதில் ஒருவிதமான வருத்தம் தோய்ந்திருக்கும்.

1987ஆம் ஆண்டு, என் கல்யாணம் நடந்த அதே நாளன்று குற்றாலத்தில் கலாப்ரியா நடத்திய 'பதிவுகள்' கருத்தரங்கு நடைபெற்றது. என்னுடன் நெருக்கமானவர்கள் பலர் அங்கு போக, பிரபஞ்சன் இரண்டு நாள்களுக்குமுன்னரே வந்து, சமயநல்லூர் கிராமத்திலுள்ள எங்கள் வீட்டில் தங்கியிருந்தார். என்னுடைய தோழமைக்கு அவர் தந்த மிகப்பெரிய கௌரவம் அது. தொண்ணூறுகளில் நக்கீரன்

இதழில் காரசாரமான விமர்சனக் கட்டுரைகள் எழுதித் தமிழகமெங்கும் பிரபஞ்சன் பிரபல்யமான நேரமது. பிரபஞ்சன் எனது நண்பர் என்று யாரிடமாவது சொன்னால், 'புருடா விடுகிறேன்' என்பதுபோல என்னை மேலும்கீழும் பார்க்குமாறு சூழல் மாறியிருந்தது. 1995ஆம் ஆண்டு பிஹெச்.டி ஆய்வு சம்பந்தமாக, சுந்தரராமசாமியிடம் ஆலோசனை பெறுவதற்காக நாகர்கோவிலுக்குப் போயிருந்தேன். அப்போது சு.ரா, "பிரபஞ்சனை உங்களுக்குத் தெரியுமா? அவர் இரண்டு நாட்களாக இங்கதான் பயோனியர் லாட்ஜில் தங்கியிருக்கார். போய்ப் பார்க்கலாமா?" என்று கேட்டார்.

பிரபஞ்சனை சந்திப்பதில் அவருக்குத் தயக்கமிருந்தது புரிந்தது. அவர் என்னுடைய நெருங்கிய சிநேகிதர் என்று சொன்னேன். லாட்ஜில் போய்ப் பார்த்தோம். பேச்சு உற்சாகத்துடன் விரிந்தது. மறுநாள் மதிய விருந்துக்கு வீட்டிற்கு வருமாறு சு.ரா. அழைத்துவிட்டுக் கிளம்பினார். நான் பிரபஞ்சனுடன் தங்கிவிட்டேன். பிரபஞ்சன் சொன்னார்: "சுந்தர ராமசாமி எப்படி இருக்கார்? எனக்கு அவர் எழுத்துமீது மரியாதை இருக்கு. ஆனால் சமீபத்தில் பார்ப்பனர்களை ரொம்பத் திட்டி நக்கீரன்லே எழுதியிருக்கறேன். அதனால்தான் சு.ரா.வை

பார்க்கத் தயக்கமாக இருக்கு. நீங்க கூட வர்றதால சமாளிச்சிடுவேன்" என்று. மறுநாள் சு.ரா. வீட்டில் விருந்திற்குப் பிறகு, நெடியபேச்சு. இரு படைப்பாளர்களும் எவ்விதமான மனத்தடைகளும் இல்லாமல் இயல்பாகப் பேசினார்கள். அது பரஸ்பர மரியாதையின் விளைவு.

பிரபஞ்சன், மனைவி, மக்கள்மீது ரொம்ப அன்பு வைத்திருக்கிறார். அவர் இலக்கிய வாழ்க்கை வாழ்வதன்பொருட்டு, அவருடைய துணைவியார் சகித்துக்கொண்ட பொருளியல் பிரச்சினைகளை ஆழமாக நினைவுகொள்வார். தன்னுடைய பாசமும் நேசமும் சில வேளைகளில் குடும்பத்தினரால் புரிந்துகொள்ள முடியவில்லையோ என்ற ஆதங்கமும் அவருக்கு உண்டு. குடும்ப அமைப்பின் மேன்மை குறித்து அறிந்திருந்தமையினால்தான், அது விலங்காக மாறும்பொழுது, அதனை உடைத்தெறிந்துவிட்டு, ஆணும் பெண்ணும் சேர்ந்துவாழும் வாழ்க்கையை படைப்புகளிலும் நேர்ப் பேச்சுகளிலும் வலியுறுத்தினார். அவரது குடும்பம்பற்றிய கருத்தாக்கமானது ஜனநாயகபூர்வமானது; மனித குலத்தின் மேம்பாட்டிற்கு அடிப்படையானது.

பொதுவாக, சிலருடன் சில மணிநேரங்கள் செலவிடுவது என்பது எனக்குக் கஷ்டமானதாகிவிடும். பிரபஞ்சனுடன் தொடர்ந்து சில நாட்கள் தங்கியிருந்திருக்கிறேன். சூர்யனுக்குக்கீழ் எந்த விஷயம் குறித்தும் அக்கறையுடன் பேசுவார். நான் சொல்வதைக் கவனமுடன் கேட்டுப் பதில் அளிப்பார். அடிப்படையில் அவர் தேர்ந்த வாசகர். இலக்கியம் மட்டுமில்லாது, பல்துறை நூல்களையும் தேடிப்பிடித்து வாசிக்கும் பழக்கமுடையவர். உரைநடை படித்தால் எழுதினால் 'படைப்புத்திறன் பாதிப்பிற்குள்ளாகிவிடும் என்று பொதுப்புத்தி நிலவிய தமிழ்ச் சிறுபத்திரிகைச் சூழலில் பல்வேறுபட்ட வாசிப்புகள்மூலமாகவே தமிழ்ப்படைப்புகளை அடுத்த தளத்திற்கு நகர்த்தமுடியுமென்ற நம்பிக்கைகொண்டவர்.

'யானைக்குத் தன் பலம் தெரியாது' என்பது நாட்டு வழக்கு. அதுபோல, புதுச்சேரி சமூக, அரசியல் வாழ்க்கையில் பிரபஞ்சன் இடம் யாதென்று அவருக்கே தெரியாது. அவரைப்பற்றி புதுச்சேரி யிலுள்ள பிற நண்பர்கள் சொல்வதைத் கேட்டால் வியப்பாக இருக்கும். பல அரசியல்வாதிகளும் அமைச்சர்களும் அவருக்கு நண்பர்களாக இருக்கிறார்கள். அவர்களில் சிலர் பிரபஞ்சனுடைய வகுப்பறைத் தோழர்களாக இருந்தவர்கள். ஆனால் பிரபஞ்சன் ஒதுங்கியே வாழ்கிறார். அவருடைய இயல்பிலே அவருக்குள் பொதிந்துள்ள கூச்சசுபாவம் ஒரு காரணமாக இருக்கலாம். அவருடைய மகன் திருமண வரவேற்பு விழாவின்போது மண்டப வாயிலில் நின்று வரவேற்றுக்கொண்டிருந்தார். உடன் நானும் நண்பர் சிவ இளங்கோவும் புதுவை முதல்வர், அரை டஜன் அமைச்சர்கள், எம்.எல்.ஏ.க்கள், அதிகாரிகள் இறங்கி உள்ளே போய்க்கொண்டேயிருந்தார்கள். அவர், எல்லோரையும் ஒரேமாதிரியாக

வரவேற்றுக்கொண்டிருந்தார். முகத்தில் ஒருவிதமான கேலியும் கச்சமும். இதெல்லாம் 'தமாஷ்' என்பதுபோல இருந்தது அவர் பார்வை; அவரது சங்கோஜ இயல்பிற்குப் பொருத்தமில்லாமலிருந்தது எல்லோரையும் வரவேற்பது. எனினும் அன்று அவர் மிகவும் மன மகிழ்ச்சியுடன் இருந்தார். அதைப் பின்னிரவில் நண்பர்களுடன் சேர்ந்து கொண்டாட்டத்துடன் பகிர்ந்துகொண்டார்.

நாக்கில் ஒட்டும் ஃபில்டர் காபி - சர்க்கரை சேர்க்காதது - என்றால் அவருக்கு மிகவும் இஷ்டம். ஒரு பில்டர் காபி + கோல்டு பிளேக் கிங் சிகரெட் + காபி + சிகரெட்... என்று உரையாடல் நீளும். அவர் காபி குடிப்பதை ரொம்ப ஈடுபாட்டுடன் விரும்பிச் செய்வார். காபி இல்லாத உலகில் பிரபஞ்சன் எப்படி இருக்கமுடியும் என்று எனக்குத் தோன்றும். அவர் அளவுக்குக் காபியை நேசிக்கிறவர்கள் என் நண்பர்கள் வட்டத்தில் யாருமில்லை. அவருடன் சேரும்போது நானும் காபி ரசிகனாகிப் போவேன். வறுத்த நிலக்கடலை, முந்திரி பருப்பு, பாதாம் பருப்பு கொறிப்பதில் அவருக்கு விருப்பமதிகம்.

சிறுகதை எழுதுவதில் எண்பதுகளில் தனித்துவம் மிக்கவராகப் பிரபஞ்சன் வெளிப்பட்டது சாதாரண விஷயமல்ல. 'ஒரு ஊரில் இரண்டு மனிதர்கள்', 'ஒரு மனுஷி', 'விட்டு விடுதலையாகி' தொகுப்புகள்மூலம் சிறுபத்திரிகைக்கும் வெகுஜனப் பத்திரிகைக்குமிடையிலான தடுப்பினை லாவகமாகத் தாண்டிய சாதனையாளர். அவருடைய தொடக்ககாலச் சிறுகதைகளில் சித்திரிக்கப்படும் மனிதர்கள்மீது எனக்கு அளவு கடந்த பிரியம். அவரது எழுத்து மேதைமை, 'மானுடம் வெல்லும்' நாவல் ஆக்கத்தின்போது நுட்பமாக வெளிப்பட்டுள்ளது. கன்னடத்தில் வெளியான மாஸ்தி வெங்கடேச ஐயங்காரின் 'சிக்கவீர ராஜேந்திரா' நாவலைவிடப் பன்மடங்கு உயர்ந்த தரத்தில் தமிழில் வெளியான ஒரே வரலாற்று நாவல் 'மானுடம் வெல்லும்' என்பதில் எனக்கு ஐயமில்லை. இலக்கியம் மட்டுமன்றி சமூக, அரசியல் பெண்ணிய நோக்கில் அவர் எழுதியுள்ள கட்டுரைகள் வரலாற்றுப் பதிவுகளாக விளங்குகின்றன.

வெளியே கிளம்புகையில் மடிப்புக் கலையாத ஆடை, வாசனைத் திரவியம், பவுடர்பூசிய பளபளப்பான தோற்றப்பொலிவு என ஜொலித்திடும் பிரபஞ்சனைப் பார்க்க எனக்கு ரொம்பப் பிடிக்கும். இலக்கியவாதி என்றால் கலைந்த தலைமுடி., அழுக்குப்படிந்த கரடு முரடான கசங்கிய ஆடைகள் என்ற வழக்கமான பிம்பத்திற்கு நேர் எதிரானவர், அவருடன் வெளியே செல்லும்போது எனக்கும் குதூகலம் தொற்றிக்கொள்ளும். அவருக்குள் பல்வேறு கவலைகள் பொதிந்து இருக்கும். எழுத்தை மட்டும் நம்பி வாழும் தமிழ் எழுத்தாளரின் கதிதான் இன்றளவும் அவருக்கு லபித்துள்ளது. ஆனால் அவருடைய தோற்றம், நடையுடை பாவனை, எதிலும் ஒருவிதமான மிடுக்கு

வெளிப்படும். இன்னும் சொல்லப்போனால், எண்பதுகளில் மதுரை டவுன்ஹால் ரோட்டில், மாலைவேளையில், நண்பர்கள் சூழ உலா வந்த ராஜபார்ட் நடிகர் உடையப்பா தேவரின் முகப்பொலிவு பிரபஞ்சனுடையது.

அவரது மனம் முழுக்க கனவுகளும் திட்டங்களும் நிரம்பி வழிந்துகொண்டேயிருக்கும். எப்போது போய்ப் பார்த்தாலும் ஏதாவது ஒரு திட்டத்தினை உற்சாகத்துடன் விவரித்துக்கொண்டிருப்பார். அது நவீன சினிமா/டி.வி. சீரியல்/புதிய நாவல்/இலக்கிய அமைப்பு... பற்றியதாக இருக்கலாம். அது நடைபெறுவதற்காக அனைத்தும் தயார்நிலையில் இருப்பதாகத்தான் எனக்குத் தோன்றும். NFD-சியில் இந்த ஸ்கிரிப்ட் ஓ.கே.யாகிவிட்டால். அடுத்த தடவை ஐந்து எந்த நட்சத்திர பாரில் 'ஸ்காட்ச்' அருந்திக் கொண்டாட வேண்டுமென நினைத்துக்கொள்வேன். ஆனால் அடுத்த தடவை பார்க்கும்போது நிலைமையில் எவ்விதமான மாற்றமும் இருக்காது. அவர் வேறு புதிய திட்டத்தினை நம்பிக்கையுடன் உற்சாகமான குரலில் விளக்கிக்கொண்டிருப்பார். அதுதான் நண்பர் பிரபஞ்சன்.

பிரபஞ்சனின் இன்னொருபக்கம் முக்கியமானது. அவருக்கு

என்று ரகசியங்கள் எதுவும் இருக்காதோ எனத் தோன்றும். வெளியே சொல்லவியலாத விஷயங்களைக்கூட நண்பர்களுடன் பகிர்ந்துகொள்வார். நான் என்னுடைய அந்தரங்கப் பிரச்சினைகள் குறித்து ஆலோசனைகள் கேட்டிருக்கிறேன். மிகவும் ஈடுபாட்டுடன் விவாதித்துக் கருத்துகள் வழங்கியிருக்கிறார். 'மனிதன் என்பவன் குற்றம்செய்யப் பிறந்தவன் அல்ல' என்பது பிரபஞ்சனின் அடிப்படை நம்பிக்கை; எனக்கும்தான்.

எழுத்தாளர் என்றால் தொடர்ந்து தன்னைப் பற்றிய புனைவுகளைக் கட்டியமைத்துக் கொண்டிருக்கும், தமிழ்ச் சூழலில், பிரபஞ்சன் தனித் துவமான அடையாளங்களைப் பேணாதவர், அவருடைய இயல்பான செயற்பாடுகள்தான் ஒவ்வொரு கணமும் பிரபஞ்சன்பற்றிய புதிர் களையும் புனைவுகளையும் உருவாக்கிக் கொண்டிருக்கின்றன. அது திட்டமிடுதலுக்கு அப்பாற்பட்டது.

1995ஆம் ஆண்டு எங்கள் கல்லூரியில் உரையாற்ற பிரபஞ்சனை அழைத்திருந்தோம். அரங்கம் மாணவ, மாணவியர் கூட்டத்தில் நிரம்பி வழிந்தது. அதிலும் முக்கால்வாசிப்பேர் மாணவியர். பிரபஞ்சன் தொழில்முறைப் பேச்சாளர்போல நகைச்சுவை ததும்ப

ஒரு மணிநேரம் பேசினார். அதனைத் தொடர்ந்து, ஒன்றரை மணி நேரம் கலந்துரையாடல். எம்.ஏ, மாணவி ஒருவர் எழுந்து, "சார் நீங்க சொல்றதெல்லாம் சரி. அப்புறமா ஏதாவது ஆயிட்டா என்ன பண்றது?" என்றார். அரங்கமே திகைப்பில் உறைந்தது; பேராசிரியர்கள் பேச்சற்றுப் போயினர். இறுக்கமான நெறிமுறைகளுடனான கல்லூரியில் பயிலும் மாணவியிடமிருந்து இப்படியொரு கேள்வியைப் பிரபஞ்சனும் எதிர்பார்க்கவில்லை. அந்தக் கேள்விக்குப் பிரபஞ்சன் தந்த விடை அதிர்ச்சியூட்டுவதாக இருந்தாலும், இளைய தலைமுறையினர்மீது அவர் கொண்டிருந்த ஈடுபாட்டினை வெளிப்படுத்தியது. பிரபஞ்சன் தலைசிறந்த மேடைப்பேச்சாளராக மாறிப் பலரது கவனத்தையும் ஈர்த்தார். அவரது குரலில் நேர்மையின் பலம் ஓங்கியொலித்தது. இது பிரபஞ்சனின் இன்னொரு முகம்.

சிறுபத்திரிகை நண்பர்களுடன் தொடர்புகொண்டு சீரியஸ் இலக்கியம் குறித்து விவாதித்த பிரபஞ்சன், வெகுஜன இதழ்களில் தொடர் கதைகள் எழுதினார். அவைகுறித்து உயர்ந்த அபிப்ராயங்களை ஒருபோதும் அவர் என்னிடம் கூறியது இல்லை. அவைகுறித்து அவருக்குப் பெரியளவில் மரியாதை இல்லை, வருவாய்க்கான ஊதியம் தரும் வழிமுறையாக தொடர்கதைகளைக் கருதினார். இத்தகைய முறையில்லாமல், நாவல் எழுதுமாறு தனது பொருளாதார நிலை வளமடையாதா என்ற ஏக்கம் எப்பொழுதும் அவருக்குண்டு. இத்தகைய மனநிலையின் நீட்சியாகவே அவர் குங்குமம், ஆனந்த விகடன், குமுதம் இதழ்களில் பணியாற்றியதையும் விலகியதையும் கருதவேண்டும். பிரபலமான எழுத்தாளர் என்ற ஹோதாவிலிருந்து விலகி, சிலவேளைகளில் பிரபஞ்சன் வெளிப்படும் தோற்றம் வித்தியாசமானது. சில ஆண்டுகளுக்குமுன்னர் சென்னையில் நடைபெற்ற காலச்சுவடு நூல்கள் வெளியீட்டின்போது லல்லியுடன் சேர்ந்து பிரபஞ்சன் தொகுப்பாளராக பேசிக்கொண்டிருந்தார்; நிகழ்ச்சியைப் பிசிறில்லாமல் நேர்த்தியான குரலில் உற்சாகத்துடன் வழங்கிக்கொண்டிருந்தார். அவர் தொகுப்பாளராக வடிவெடுத்தது பெரிய விஷயமில்லை. ஆனால் அழைப்பிதழில் தொகுப்பாளர்: பிரபஞ்சன் என்று அச்சடிக்கப்பட்டிருந்ததை வாசித்த, அவருடைய அபிமான நண்பர்கள் வருத்தப்பட்டனர். தொகுப்பாளர் ஜெயகாந்தன், சுந்தர ராமசாமி, அசோகமித்திரன் என்று அச்சடிக்கப்படுவது நடைபெறுமா என்று ஒருவர் ஆத்திரப்பட்டார். அக்கோபத்தில் நியாயமிருந்ததாக எனக்குத் தோன்றியது. இதுகுறித்து அவரிடம் கேட்டபோது, அவருடைய நெற்றி சுருங்கியது. சிகரெட்டை உருவிப் பற்றவைத்து, புகையை ஆழமாக உள்ளேயிழுத்து வெளியே ஊதியவர் மெல்லிய புன்முறுவலுடன் சொன்னார்: "பாண்டியன், நீங்கள் இன்றும் நாடகத்தில் நடிக்கிறீங்க இல்லியா... அதுமாதிரி இதுவும் தமாஷ்தான்" என்று. இதுதான் பிரபஞ்சன். யோசிக்கும்வேளையில்

எல்லாமே அவருக்கு தமாஷ்தான். எல்லா தந்திரங்களையும் வாழ்வின் சூத்திரங்களையும் அறிந்திருந்தபோதும், அவற்றைப் பிரயோகிப்பதில் அக்கறையற்று, அடுத்தடுத்து புதிய தளங்களைத் தேடிக்கொண்டே யிருக்கிறார் பிரபஞ்சன்.

உயிர்மை, செப்டம்பர் 2003